ஆயர்கள்

(வரலாற்றுப் பார்வை)

சா.கருணாகரன்

தடாகம்

ஆயர்கள் - வரலாற்றுப் பார்வை * கட்டுரைகள்

- ஆசிரியர் : முனைவர் சா. கருணாகரன்
- முதற்பதிப்பு : ஜூன், 2021 ♦ அட்டை ஓவியம் : மணிவண்ணன்
- அட்டை வடிவமைப்பு : வெ. பாலாஜி ♦ பக்க வடிவமைப்பு : கி. ஆஷா

Book Name & Author Name: *Aayargal - Varalaattru Paarvai* - a collection of essays by **Dr. S. Karunakaran**

© *Dr. S. Karunakaran*

Published by:

THADAGAM
No.112, First Floor, Thiruvalluvar Salai
Thiruvanmiyur, Chennai 600041
Mob: +91-98400-70870
www.thadagam.com | info@thadagam.com

ISBN: 978-81-952688-4-9

Published on June 2021

Price: ₹ 200

அறிவு தந்த ஐயன்
கவிஞர் பாரதிபுத்திரனுக்கு

ஆசிரியரைப் பற்றி

இந்நூலாசிரியர் சா. கருணாகரன் அவர்கள் காயிதே மில்லத் ஆடவர் கல்லூரியின் வாயிலாகக் கணினி அறிவியலில் இளமறிவியல் பட்டத்தையும், சென்னைக் கிறித்தவக் கல்லூரித் தமிழ்த்துறையின் வாயிலாக முதுகலைப் பட்டத்தையும் பெற்றவர். ஆயர் வாழ்வியல் என்னும் பொருண்மையில் முனைவர் சா. பாலுசாமி அவர்களின் நெறிப்படுத்தலின்கீழ் ஆய்வுசெய்து முனைவர் பட்டம் பெற்றவர். பண்பாட்டு மானுடவியல் மற்றும் வாய்மொழி வழக்காறுகளை ஆய்வுக்களங்களாகக் கொண்ட இவர், தூய தோமையார் கலை அறிவியல் கல்லூரியில் தமிழ்த்துறை உதவிப் பேராசிரியராகப் பணியாற்றிவருகின்றார். இவ்வாய்வு நூல் இவரது முதல் முயற்சியாகும்.

shanthi.arulalan@gmail.com

முன்னுரை

மனிதர்கள் வேட்டையாடி உணவு சேகரிக்கும் நிலையிலிருந்து, கால்நடைகளைப் பழக்கப்படுத்திப் பயன்பெறும் நிலைக்கு உயர்ந்தனர். கால்நடைகளுக்காக மேய்ச்சல் வெளிகளைத் தேடி இடம் பெயர்ந்த நிலையில், கால்நடைகளைக் கொண்டு, வேளாண்மை ஒருபுறம் வளர்ந்தது. தொடர்ந்து கால்நடைகளை மையமிட்டே தம்முடைய வாழ்வியலை அமைத்துக்கொண்ட மேய்ச்சல் நில மக்கள் குழுக்கள், ஆயர் என்று அழைக்கப்பெற்றனர். ஆயர்கள் என்பது மேய்ச்சல் நில மக்களின் பொதுப்பெயராகும். இவர்கள் வாழ்ந்த மேய்ச்சல் வெளி, காடு முதலானவை முல்லை நிலம் எனப்பட்டது. மனித நாகரிகம் முல்லை நிலத்தில்தான் பல்கிப்பெருகியது என்று அறிஞர்கள் இயம்புவர்.

இந்தியத் துணைக்கண்டத்தில் பல்வேறு பிரிவினராகக் கிளைத்து நிற்கும் மக்கள் குழுக்களுள், கால்நடைகளை மட்டுமே நம்பியுள்ள மேய்ச்சல் நில மக்களின் வாழ்வியல், தனித்துவமானதாகும். ஒரு நீண்ட வரலாற்றுத் தொடர்ச்சியையும், அறுபடாத மரபையும் கொண்டுள்ள மக்கள் குழுக்களுள், ஆயர் குழுக்கள் குறிப்பிடத்தக்கதொன்றாகும்.

ஆயர்கள் குறித்த ஆய்வு, மாந்த இனத்தின் தோற்றுவாயோடு தொடர்புடையதாகத் திகழ்கிறது. இந்திய நிலப்பரப்பில் வரலாற்றுக் காலத்திலிருந்து ஆயர்கள் குறித்த பதிவுகள் சேகரிக்கப்பெற்று, வரலாற்றாய்வாளர்களின் மேற்கோள்களோடு அவர்தம் வரலாற்றை இந்நூல் சுருக்கமாக உரைக்கின்றது.

பண்டைய தமிழ் நிலப்பரப்பில் வாழ்ந்த ஆயர், கோவலர், இடையர், அண்டர், குடவர், பூழியர், பொதுவர், வடுகர் முதலான மேய்ச்சல் நிலப் பழங்குடிகளின் வாழ்வியலைச் சங்க இலக்கியங்கள் விரிவாகப் பதிவுசெய்துள்ளன. அப்பதிவுகளின் மூலம் தமிழக ஆயர்களின் பண்பாட்டு வாழ்வியலை உணர முடிகின்றன. மேலும்,

சங்க இலக்கியங்களில் குறிப்பிடப்பெறும் அண்டர் குடியும், வடஇந்தியப் பகுதியில் வாழ்ந்த ஆபீரக் குடியும் கண்ணன் என்னும் தொன்மத்தின் மூலம் இணையுமாற்றையும், கண்ணன் வழிபாடு, தமிழக ஆயர்களின் மால்வழிபாட்டோடு இணைக்கப்பெற்றதையும் இந்நூல் விவாதிக்கிறது.

தற்காலத் தமிழ் நிலப்பில் வாழும் ஆயர்களையும், அவர்களுடைய உட்பிரிவுகளையும், வாழிடங்களையும் சுருக்கமாகக் குறிப்பிடுவதோடு, இந்திய ஆயர் குழுக்களுள் அஹீர்கள், கதிகள், தங்கர்கள், கதரியாக்கள், குரும்பர், கொல்லாக்கள், கோபால் முதலானோர் குறித்த அறிமுகங்களை இந்நூல் வழங்குகிறது.

சா. கருணாகரன்

அணிந்துரை

மக்கள் சமுதாயம் சார்ந்த ஆய்வுத்துறைகளில், இன்று பெரு முக்கியத்துவம் பெறுவன பண்பாட்டு மானுடவியலும் அதன் முக்கியப் பிரிவாக அமையும் இனவரைவியலும் ஆகும்.

இனவரைவியல் என்னும் ஆய்வுச்செயற்பாடு, ஒரு குறிப்பிட்ட சமுதாயமாகவோ அல்லது பெருஞ்சமுதாயத்தின் குறிப்பிடத்தக்க பகுதியாகவோ வாழும் சமுதாயத்தின் வாழ்வியல் கூறுகள் அனைத்தையும் ஆய்ந்து, அவற்றின் மூலத்தையும் வளர்சிதை மாற்றங்களையும் காரணகாரியங்களோடு முன் வைத்து அடையாளப்படுத்துகிறது.

ஒரு சமூகம் வாழும் புவிச்சூழல், அதன் சுற்றுச்சூழல் குடி யிருப்பின் நிலைகளையும் பொருள்சார் பண்பாடு, குடும்ப அமைப்பு, திருமணமுறை, மணவிலக்கு முதலியனவற்றையும் உறவுமுறை களையும் விவரிக்கிறது அவ்வாய்வு. அது அச்சமூகத்தின் அடித்தள மான பொருளாதாரம் குறித்து விரிவாக ஆய்கிறது; உற்பத்தி முறை, உற்பத்திக் கருவிகள், நுகர்வு முறை என்பனவற்றை அலசுகிறது. மேலும் தொழில்கள் தொடர்பாகவும் சமுதாய அமைப்பின் அரசியல், நிர்வாகம் குறித்தும் சமுதாயச் சட்டத்திட்டங்கள் குறித்தும் கட்டுப்பாடு, தண்டனைகள் குறித்தும் ஆய்கிறது.

அவ்வினத்தின் சமய நம்பிக்கைகள், வழிபாட்டு முறைகள், சடங்குகள், விழாக்கள், இசை முதலியவற்றை அது உணர்த்துகிறது. பிறப்பு முதல் இறப்பு வரையிலான வாழ்க்கை வட்டச் சடங்குகள் அனைத்தையும் உற்றுநோக்கி விவரிக்கிறது.

சுருங்கச் சொன்னால், ஒரு குறிப்பிட்ட சமுதாயத்தின் ஒட்டு மொத்த வாழ்வியலையும் இனவரைவியல் கணக்கில் கொள்கிறது.

இவ்வாய்வில் களஆய்வு பெறும் இடம்தான் விதந்து குறிப்பிடத் தக்கது. ஓர் இனத்தின் இத்தகுக் கூறுகள் குறித்த உண்மையான, தெளிவான, விரிவான தகவல்கள் களஆய்வின் மூலமே திரட்டி,

வகைதொகை செய்து, ஆராயப்பட வேண்டும். உற்றுநோக்கல், விளக்கம் பெறுதல், உசாவல்முறை எனப் பல்வேறு உத்திகளையும் பயன்படுத்தித் தகவல் திரட்டப்படவும், சரிபார்க்கப்படவும் வேண்டும். அவ்வகையில் இரண்டு கூறுகள் இங்கு முக்கியத்துவம் பெறுகின்றன. ஒன்று, ஆய்வாளன் ஆய்வுக்களத்தில் வாழ்ந்து, அனுபவித்து, அறிய வேண்டியிருப்பது. இரண்டு, இது முற்றிலும் அறிவியல்பூர்வமான அணுகுமுறைகளைக் கொண்டிருப்பது.

கடினமான பேருழைப்பும், பல்லோர் உதவியும், பொருட்செலவும் கொண்ட இவ்வாய்வே மனிதகுலத்தை விளங்கிக்கொள்ளவும் வரலாற்றை முன்னெடுக்கவும் உறுதுணை புரிகிறது.

O

'ஆயர் வாழ்வியல்' என்னும் பொருண்மையில் ஆய்வு மேற் கொண்டு முனைவர் பட்டம் பெற்றவர் சா.கருணாகரன். இந்த ஆய்வின் தொடர்சியாக உருவாக்கப்பட்ட எட்டுக் கட்டுரைகள் இந்நூலில் தொகுக்கப்பெற்றுள்ளன. தமிழக ஆயர்கள் குறித்த இவ்வாய்வுக் கட்டுரைகள் அவர்தம் வரலாறு, அவர்கள் குறித்த தமிழ் இலக்கியப் பதிவுகள், ஆபிரர் என்ற இனக்குழுவுக்கும் கண்ணனுக்கும் தமிழக ஆயர்களுக்கும் உள்ள உறவுகள், இந்தியாவில் பல்வேறு பகுதிகளில் உள்ள ஆயர் சமுதாயங்கள் குறிப்பாக, வடுக ஆயர்கள் போன்ற பொருண்மைகள் குறித்து இந்நூல் அமைந்துள்ளது.

வேட்டைச் சமுதாயமாகத் தொடங்கிய மனிதகுலத்தின் வாழ்க்கை, மேய்ச்சல் நிலத்தோடும், கால்நடை வளர்ப்போடும் தொடர்பு ஏற் பட்ட பின்னர், எவ்வாறெல்லாம் நாகரிக வளர்ச்சி பெறத்தொடங் கியது என்பதையும் அச்சமுதாயத்தின் வாழ்வே எவ்வாறு ஆநிரை களை மையமிட்டு அமைந்தது என்பதையும் ஆய்வாளர் விரிவாக விளக்கியுள்ளார்.

பழந்தமிழகத்தில் ஆயர்கள் முல்லை நிலத்தில் வாழ்ந்ததையும், அவர்தம் பல்வேறு வாழ்வியல் கூறுகளையும், சங்கப்புலவர்கள் தம் இலக்கியங்களில் பதிவிட்டுள்ளனர். அப்பதிவுகளே இரண்டாயிரம் ஆண்டுகளுக்கு முற்பட்ட ஆயர்கள் வாழ்வின் உண்மைச் சான்றாதாரங் களாகத் திகழ்கின்றன. அவற்றினை மையமாகக் கொண்டே கால ஓட்டத்தில் நிகழ்ந்த மாற்றங்களை மதிப்பிட இயலுகிறது. தமிழகத்தில் தொடர்ச்சியான வரலாறு கொண்ட ஆயர் சமுதாயம் குறித்து, அடுத்து வந்த இலக்கியங்களும் சான்றாதாரங்களை நல்குகின்றன. அவ்வை அனைத்தையும் முனைவர் சா.கருணாகரன் தொகுத்துத் தந்துள்ளார்.

வடபுலத்திலிருந்து தென்புலம் நோக்கிவந்த வேளிர்களுக்கும் ஆயர்களுக்குமான உறவு நிலைகளையும் பல்வேறு அறிஞர்களின் கருத்தாக்கங்களுடன் விரிவாக வழங்கியுள்ளார்.

குறிப்பாக, கண்ணன் – பலராமன் வழிபாடு சங்க காலந்தொட்டே தமிழகத்தில் நிலவியதற்கும் குடிபெயர்ச்சிக்குமான உறவினைச் சிறப்பாகக் குறிப்பிட்டுள்ளார். தெலுங்கு ஆயர்களான வடுக ஆயர்களின் வாழ்வியலையும் விரிவாக ஆய்வு செய்துள்ளார்.

O

இந்திய ஆயர் குழுக்களில், வகை மாதிரிகளைத் தேர்ந்தெடுத்து ஒப்பீட்டு நிலையில் ஆய்வு மேற்கொள்ளும்போது பண்டைய இந்தியச் சமுதாயத்தில் ஒரு பெரும் பகுதியின் வாழ்வியலையும் வளர்ச்சி நிலைகளையும் நுணுகி அறிந்திட இயலும். ஏன்? ஆயர், கோவலர், இடையர், அண்டர், குடவர், பூழியர், பொதுவர் போன்ற பெயர்களின் காரணங்கள் மேலும் ஆராயும்போது ஆயர்களின் வகைமைகளில் பெரும் தெளிவு கிட்டும். ஆயர் என்னும் ஆய்வுக்களம் பரந்து விரிந்தது; தொன்மையானது.

ஆழமான வரையறை செய்திடத் தேவையான எல்லையற்ற ஈடுபாடும், அயராத உழைப்பும் ஆய்வு அர்ப்பணிப்பும் முனைவர் சா. கருணாகரனிடம் இயல்பாகவே மிகுதியாக உண்டு.

முனைவர் பட்ட ஆய்வுக்காக ஆயர்களோடு ஆறு திங்கள்களுக்கு மேலாகச் சென்று உடன்வாழ்ந்தார். அவர்களோடு மேய்ச்சல் நிலங்களுக்கும் நாள்தோறும் சென்று வந்தார். அவர் உணர்ந்து வெளிப்படுத்தியுள்ள உண்மைகள், இனவரைவியல் ஆய்வு மிகுதியாக வற்புறுத்தும் களஆய்வில் பெறப்பட்டவையே ஆகும்.

முனைவர் கருணாகரன் தமிழ் ஆய்வுலகில் அரிதாக நிகழும் நிகழ்வு!

சா. பாலுசாமி

நூன்முகம்

உலகம் முழுவதும் பண்பாட்டு மானுடவியல் குறித்தான ஆய்வுகள் நவீன ஆய்வு முறைகளோடு சிறப்பாக முன்னெடுக்கப் பட்டுவருகின்றன. அவ்வாய்வு முடிவுகள் பொதுவெளியில் பெரிதும் பேசப்படக் கூடியதாகவும் கொண்டாடப்படக் கூடியதாகவும் விளங்கு கின்றன. மாந்த பல்இனத்தின் தொட்டிலாக விளங்கும் இந்தியாவிலும் இவ்வாய்வுகள் சீரியமுறையில் முன்னெடுக்கப்படுவதோடு, மனித இனத்துக்குத் தேவையான பல்வேறு செய்திகள் வெளிக்கொணரப் படுகின்றன. மானுடவியல் ஆய்வாளர்கள், இந்தியச் சமூகங்களின் உயர்வான கருத்துகளையும், செயல்பாடுகளையும், பன்முகத்தன்மை களையும் உலகறியச் செய்துவருகின்றனர்.

இந்தியச் சமூகங்களில் குறிப்பிடத்தக்க சமூகமாகத் திகழும் ஆயர் சமூகம் நெடிய வரலாறுடையதாகும். மனித நாகரிகமே ஆயர்கள் வாழ்ந்த - வாழுகின்ற முல்லை நிலத்தில்தான் முகிழ்த்தது என அறிஞர்கள் இயம்புகின்றனர். ஆதிகால மனித வரலாறோடும், தொல் குடி விழுமியங்களோடும், பண்பாட்டுத் தொடர்ச்சியையும், நெடிய மரபையும் கொண்ட குழுக்களாக இந்திய ஆயர் குழுக்கள் விளங்கி வருகின்றன.

வேட்டைச் சமூக நிலையிலிருந்து முன்னேறி, மேய்ச்சல் நிலங் களில் தழைத்துப் பெருகி, கால்நடைகளைப் பழக்கப்படுத்தி உரிமை யாக்கிக்கொண்ட இந்திய மேய்ச்சல் நில மக்கள் குழுக்களின் வரலாறு, மனித இனத்தின் வரலாற்றோடு இணக்கமான தொடர்புடையதாகத் திகழ்கிறது. தொல்குடி பழமையை முழுவதும் விட்டுவிடாமல், அரை பழங்குடி நிலையில் வாழும் ஆயர் குழுக்கள் இந்தியத் துணைக் கண்டம் முழுவதும் பரந்து வாழ்ந்து வருவதைத் தற்போதும் காண முடிகிறது.

நாடோடி வாழ்வியலையும் அரை நாடோடி வாழ்வியலையும் இந்திய ஆயர்கள் கொண்டுள்ளனர். இவர்கள் பற்றிய ஆய்வு என்பது, களஆய்வோடும், தொல் வரலாற்று அணுகுமுறைகளோடும், பழங் குடித் தன்மைகளோடும் இணைந்திருக்கிறது.

வரலாற்று ரீதியில் ஆயர் குழுக்களை அணுகும்போது, வேண்டிய சான்றுகளைக் கண்டறிவதும் தொகுப்பதும் பெரும் பணியாகும். அது நூல்களை ஆராய்வதோடும் தொகுப்பதோடும் நின்றுவிட முடியாது. ஆயர்களோடு நெருங்கிப் பழகும் சூழலில்தான் வேண்டிய தகவல்கள் முழுமையடையும்.

அவ்வகையில், தமிழகத்தில் வாழும் ஆயர்கள் குறித்தத் தகவல் களைப் பெறுவதற்கு என்னுடைய நெறியாளரும், சென்னைக் கிறித்தவக் கல்லூரித் தமிழ்த்துறையின் மேனாள் தலைவருமான முனைவர் சா.பாலுசாமி அவர்களின் வழிகாட்டலில், தமிழக அளவில் குறிப்பிட்ட சில பகுதிகளில் களஆய்வுகள் மேற்கொண்டேன். குறிப் பாக, தமிழக ஆயர்கள் பேரளவிலான ஆநிரைகளோடு வாழ்ந்துவரும் தேனி, மதுரை, திண்டுக்கல், இராமநாதபுரம், சிவகங்கை, விருது நகர், திருநெல்வேலி, தஞ்சை, சிதம்பரம், விழுப்புரம் போன்ற மாவட்டங்களில் ஒருசில ஆயரூர்களைத் தேர்ந்தெடுத்து, அதிகபட்ச மாக மூன்று வாரங்கள் வரை தங்கியிருந்து களஆய்வில் ஈடுபட்டேன்.

பழங்குடிச் சமூகங்களுக்கே உரிய அரவணைப்பையும், அன்பையும் ஆயர் குடுங்களிடம் உணர முடிந்தது. அவர்களோடு பழகுவதற்கு எந்தத் தடையும் எனக்கிருக்கவில்லை. அவர்களோடே மாட்டினங் களையும் ஆட்டினங்களையும் நெடுந்தொலைவுச் சென்று மேய்த்து வந்தேன். ஒன்றாக உணவருந்தினேன். திருவிழாக்களிலும், வீட்டுச் சடங்குகளிலும், விசேசங்களிலும் பங்குகொண்டேன்.

அவர்தம், வாழிடங்கள், வாழ்வியல் முறைகள், கால்நடை மேய்ப்பு / வளர்ப்பு முறைகள், வாழ்க்கை வட்டச் சடங்குகள், மருத்துவம், வழிபாட்டு முறைகள், வழிபடு தெய்வங்கள், தொழில் முறைகள், பஞ்சாயத்துமுறை, உணவுப் பழக்கங்கள், வாய்மொழி இலக்கியங்கள் முதலான தரவுகளை உடனிருந்து சேகரித்தேன். அவற்றைப் பண்பாட்டு மானுடவியல் ஆய்வுக்குட்படுத்தி முனைவர் பட்ட ஆய்வுக்கான கருதுகோளை மெய்ப்பிக்க முயற்சி செய்தேன்.

இந்நூலில், முனைவர் பட்ட ஆய்வின்போது கண்டறிந்த வேறு சில கருதுகோள்களை முன்வைத்து எழுந்த கட்டுரைகள் கோக்கப் பெற்றிருக்கின்றன. ஆயர்தம் வரலாற்றை வரலாற்று நோக்கில் அணுகுவதற்கான முயற்சிகளாக இக்கட்டுரைகளைக் கொள்ளலாம்.

வரலாற்றுக் காலத்துக்கும் அதற்கு முன்பும் மக்கள் குழுக்களின் வாழ்வியலைப் பல்வேறு அறிஞர்கள் தொல்லியல் தரவுகளோடு ஓரளவு கணித்துள்ளர். மனிதர்களைப் பற்றிய எழுத்துப்பூர்வமான

ஆதாரங்கள் மற்றும் பிற ஆதாரங்கள் கிடைக்கத் தொடங்கும் காலத்தை வரலாற்றுக்காலம் என்கிறோம்.

இந்நூலில்,

இந்தியத் துணைக்கண்டத்தின் வரலாற்றுக்காலமாக இருக்கும் வேதம் தொடங்கி, பிற்கால இலக்கியங்கள்வரை கருத்தில் கொள்ளப் பட்டுள்ளன. வரலாற்றுக்காலத்தில் இந்திய நிலப்பரப்பின் வடபகுதி யிலும் தென்பகுதியிலும் நிலவிய மேய்ச்சல் பழங்குடிகளின் தடங்கள் சேகரிக்கப்பெற்றுள்ளன. அவை குறித்த அறிமுகங்கள் இங்கு எடுத்துரைக்கப்பட்டுள்ளன.

தமிழின் பழம்பெரும் இலக்கியங்களான சங்க இலக்கியங்கள், மேய்ச்சல் பழங்குடிகளைப் பற்றிய துல்லியமான பார்வையை அளிக்கின்றன. ஆயர், கோவலர், இடையர், அண்டர், குடவர், பூழியர், பொதுவர், வடுகர் முதலான மேய்ச்சல் நிலக் குழுக் களின் பண்பாட்டு வாழ்வியலைப் பதிவுசெய்துள்ளன. பிற்கால இலக்கியங்களும் ஆயர்கள் குறித்த பதிவுகளை அளிக்கின்றன. இத்தகவல்கள் இந்நூலில் நிரல்படுத்தப் பெற்றுள்ளன.

இந்திய நிலப்பரப்பு முழுவதும் அறிமுகமாகியுள்ள கிருஷ்ண வழிபாடும், கிருஷ்ணன் யார் என்பதும், தமிழகத்தில் கிருஷ்ண வழிபாடு கால்கொண்ட விதமும் அறிஞர்களின் மேற்கோள்களோடு விவாதிக்கப்பெற்றுள்ளன.

தற்போதைய தமிழக ஆயர்கள், அவர்தம் உட்குலங்கள், தமிழகத்தில் வாழும் வடுக ஆயர்கள் குறித்தத் தரவுகள் சேகரிக்கப் பெற்றுள்ளதோடு, இந்திய ஆயர் குழுக்களில் அஹீர்கள், கதிகள், தங்கர்கள், கதரியாக்கள், குரும்பர், கொல்லாக்கள், கோபால் ஆகிய குழுக்கள் குறித்த சுருக்கமான குறிப்புகளும் இந்நூலில் இடம் பெற்றுள்ளன.

O

'எனை ஆட்கொண்ட தெய்வம்' என வள்ளலார் இயம்புவது போலவும், 'கண்டறியாதனவற்றை எல்லாம் கண்ணுற' எனக்கு வழி காட்டியவருமான ஐயன் சா. பாலுசாமி அவர்கள் தன்னைப் போலவே தம் மாணவர்களையும் காண்பதற்கு அவாவுபவர். நாடறிந்த ஆய்வாளரான அவர், இந்நூலுக்கு நல்லதொரு அணிந்துரை வழங்கி கௌரவமளித்துள்ளமைக்கு மிக்கக் கடப்பாடுடையேன்.

என்னை எப்போதும் வழிநடத்தி வரும், முனைவர் உ. அலிபாவா, முனைவர் த.செபுலோன் பிரபுதுரை, முனைவர் அ.தும்மா பிரான்சிஸ், முனைவர் சி.முத்துகந்தன், முனைவர் சாமுவேல், அன்பு இளவல் சா.பிரபாகரன் ஆகியோர்களுக்கும், மழைநேரத்துக் குடைபோல விளங்கும் நா.வினோத்குமார், வே.சண்முகம், சா.சாம்ராஜ் ஆகியோருக்கும், துணைவியார் இராஜேஸ்வரிக்கும் என்றும் அன்புடையேன்.

இந்நூலினைச் சிறந்த முறையில் வெளியிடுவதோடு, எப்போதும் என்னை ஊக்கப்படுத்திக்கொண்டிருக்கும் தடாகம் பதிப்பகத்துக்கும், அண்ணன் அமுதரசன் அவர்களுக்கும் எனது நன்றியறிதலைத் தெரிவித்துக்கொள்கின்றேன்.

பொருளடக்கம்

1. ஆயர்கள்: வரலாற்றுப் பார்வை — 17
2. சங்க காலத் தமிழக ஆயர்கள் — 33
3. பிற்கால இலக்கியங்களில் ஆயர்கள் — 82
4. சங்க கால அண்டரும் ஆபிரரும் — 107
5. ஆபிரர்களும் கிருஷ்ணனும் — 111
6. தற்காலத் தமிழ் ஆயர்கள் — 121
7. தமிழக வடுக ஆயர்கள் — 134
8. முதன்மையான சில இந்திய ஆயர் குழுக்கள் — 139
9. துணைநூற்பட்டியல் — 157
10. பின்னிணைப்பு
    1. கால்நடை வளர்ப்புக்கு வகுக்கப்பட்ட விதிமுறைகள் — 162
    2. யது குலம் : குலமரபுப் பாதை — 167
    3. குறிப்பு அட்டவணை — 171

1. ஆயர்கள்: வரலாற்றுப் பார்வை

நாகரிகமற்றும் நாடோடிகளாகவும் உலகம் முழுவதும் சுற்றிக் கொண்டிருந்த மனித இனம், நெருப்பினைக் கண்டுபிடித்ததன் வாயிலாகவும் அதன் பயனை விளங்கிக்கொண்டதன் விளைவாகவும் முதற்கட்ட நாகரிகத்துக்குள் அடியெடுத்து வைத்தது. பிறகு, கால்நடைகளைத் தம்முடைய தேவைக்காகப் பழக்கப்படுத்தியதன் மூலம், நாகரிகத்தின் அடுத்த நிலைக்குத் தம்மை முன்னெடுத்துக்கொண்டது. கால்நடைகளின் மூலம், மனிதர்களின் முதன்மையான தேவைகள் தன்னிறைவுப் பெற்றன. எஞ்சியவைப் பண்டமாற்று மூலம் வணிக மயப்படுத்தப்பட்டன. வணிகமயத்தால் பொருளாதாரம் வளர்ந்தது. இதன் காரணமாக எழுந்த நிரை கவர்தல் போர்கள், நிலத்துக்காக, நாட்டுக்காக என விரிந்து, அரசமைப்பு ஏற்பட வழிக்கோலின. போரின் மூலம் அடையாளப்படுத்தப்பட்ட தன்னிகரற்ற தலைமையும், வேளாண்மையும் வணிகமும் நகரமயமாக்கலுக்கு இட்டுச் சென்றன. வரலாற்று ரீதியாக மனித இனத்தின் வெற்றியை ஆராயும் போது, அது கால்நடைகளை வளர்க்கத் தொடங்கியதிலிருந்து துவங்குகிறது. கால்நடைகளின் மூலம் தமக்கான பொருளாதாரத்தில் தன்னிறைவுபெறும் குழுக்கள் உலகம் முழுவதும் தற்போதும் இருந்து வருகின்றன. அவை தொடர்ந்து கால்நடைகளைப் பேணிப் பாதுகாத்து வருகின்றன. இந்திய நிலப்பரப்பில் கால்நடைகளைப் பேணும் குழுக்களையும் அவற்றின் வரலாற்றையும் அறியவேண்டியது அவசியமாகும்.

குழு வாழ்க்கை

ஆதிமனிதர்களின் வாழ்க்கை இயற்கையைச் சார்ந்திருந்தது. குகைகளிலும் மரப்பொந்துகளிலும் தங்கினர். உணவுக்காகவும் பாதுகாப்புக்காகவும் கூட்டமாக வாழ்ந்தனர். உணவுகள், இயற்கையாகக் கிடைத்த காய்கறிகள், பழங்கள், கிழங்கு வகைகளாக இருந்தன. காலப் போக்கில் கூட்டமாகச் சேர்ந்து விலங்குகளை வேட்டையாடத்

தலைபட்டனர். உணவினைத் தேடி, சிறுசிறு குழுக்களாக இடம் பெயர்ந்தனர். இத்தகைய வாழ்க்கை முறையைக் கற்கால நிலை என்று வரலாற்றாய்வாளர்கள் குறிப்பிடுகின்றனர். 'இந்தியத் துணைக் கண்டத்தில் கி.மு. 30000இலிருந்து கி.மு. 10000வரை இத்தகைய காலம் நிலைபெற்றிருந்தது என்பர். இக்காலக் கட்டத்தில் உணவு சேகரிப்பாளர்களாகவும், வேட்டையாடிகளாகவும் மனிதர்கள் வாழ்ந் தனர். இவர்களது தடயங்கள், சோவான் ஆற்றுமேடு, பாட்வார் பீடபூமி, மத்திய பிரதேசத்தின் பிம்பெர்க்கா, சங்காவோ குகைகள் (வடமேற்கு பாக்கிஸ்தான்), கர்நூல் குகைகள் போன்ற இடங்களில் கிடைக்கின்றன.'[1]

மனிதர்கள், ஓரிடத்தில் நிலையாக வாழத் தலைபட்டபோது குடி யிருப்புகளையும் புழங்குபொருட்களையும் உருவாக்கிக்கொண்டனர். தம்முடைய தேவைக்காக விலங்குகளைப் பழக்கப்படுத்தினர். தம் பொருளாதார உயர்வுக்கு உறுதுணையாக இருக்கும் கால்நடைகளை மந்தைமந்தையாகப் பேணினர். நீர்ப்பாங்கான இடங்களில் நிலை யாகத் தங்கி வாழ முயன்றதும் கால்நடைகளுக்கான மேய்ச்சல்வெளி களைப் பற்றிச் சிந்திக்கத் தொடங்கினர்.

நிலத்தைப் பண்படுத்தித் தானிய உற்பத்தி செய்வதன் மூலமாகவோ, மனித முயற்சியினால் புற்களை வளர்ப்பதன் மூலமாகவோ மந்தையாக உள்ள கால்நடைகளுக்கு ஆண்டு முழுவதும் உணவளித்துவிட முடியாது. எனவே, தாம் வளர்க்கும் கால்நடைகளுக்காக நீரும், மேய்ச்சல்வெளிகளும் கிடைக்கும் இடம் தேடி மனிதர்கள் இடம் பெயரத் தொடங்கினர். இத்தகைய இடம்பெயர்வுகளால் உலகம் முழுவதும் மனிதர்கள் பரவினர்.

'உணவையும் மேய்ச்சல் நிலங்களையும் தேடி இடம்பெயரும் மனிதர்களின் பெருக்கமும், மேய்ச்சல் நிலங்களுக்காகச் சண்டை யிட்டு ஒருவரையொருவர் விரட்டியடிக்கும் நிகழ்ச்சியும் மனித இனம் உலகம் முழுவதற்கும் பரவுவதற்குக் காரணமாக அமைந்தன'[2] என்கிறார் டாங்கே.

செமைட்டுகள், அரபு செமிட்டுகள், கிரீஸியர்கள், சித்தியர்கள், ஆரியர்கள் போன்ற பல்வேறு மேய்ச்சல் நிலக் குழுக்கள் தங்களுடைய கால்நடைகளுக்கான மேய்ச்சல் வெளிகளைத் தேடி இடம்பெயர்ந்து கொண்டே இருந்தார்கள்.[3]

Feeding a herd of cattle. 'This type of economy, so richly depicted in the Tassili-n-Ajjer cave paintings, predominated in the Maghrib until the classical period.'

கால்நடைகளின் மந்தைக்கு உணவளித்தல். 'இந்த வகை பொருளாதாரம், தஸ்ஸிலி என்அஜ்ஜெர் குகைகளில் தீட்டப்பெற்றுள்ளது. வரலாற்றுக்காலத்துக்கு முற்பட்ட ஓவியம், அல்ஜீரியா'

இடைக்கற்கால நாகரிகத்தில் வேட்டையாடுதல் – உணவு சேகரித்தல் மூலம் கிடைக்கும் உணவுகளோடு காட்டுப் பயிர்களையும் மனிதர்கள் கூடுதலாகப் பெற்றனர். பழக்கப்பட்ட விலங்குகளும், தோட்டப்பயிர்களும், கரடுமுரடான வேளாண்மையும் கூடுதலாக உணவளித்தன. இந்திய நிலப்பரப்பில் இந்நாகரிகத்தினர், லாங்னாச்

(குஜராத்), ஆடம்கார் (மத்தியபிரதேசம்), இராஜஸ்தான், சாராய் நகரர் ராய், மகாதாக (உத்திரபிரதேசம்), பீகார் ஆகிய இடங்களில் வாழ்ந்தனர்.[4]

மேய்ச்சல்நில வாழ்க்கை

விலங்குகளை வேட்டையாடச் செல்லும்போது ஒட்டகம், மாடு, எருமை, ஆடு முதலியவற்றின் இளம்கன்றுகளை எடுத்து வந்து வளர்க்கத் துவங்கினர். இதனால் இவ்விலங்குகள் வளர்ப்பு விலங்கு களாயின. இவற்றின் மூலம் இறைச்சி, பால், தோல் உள்ளிட்ட பல்வேறு பொருட்கள் கிடைத்தன. கால்நடைகளின் பெரும்பயனை அறிந்த மனிதர்கள் அவற்றைப் பெருவாரியாகப் பேணினர். தாம் வளர்க்கும் கால்நடைகளுக்காக நீரும், மேய்ச்சல் வெளிகளும் கிடைக்கும் இடந்தேடி இடம்பெயர்ந்தனர். இந்நிலையினைப் புதிய கற்காலம் என்பர். இந்தியாவில் இக்காலக்கட்டத்தைச் சேர்ந்த மக்கள் ஸ்வாட் பள்ளத்தாக்கிலுள்ள காலிகாய், மேற்கிலும் தெற்கிலும் சாராய் கோலா, காஷ்மீர் பள்ளத்தாக்கு, லோயெஸ் பீடபூமி, பீகாரிலுள்ள சிராண்ட், உத்திரபிரதேசம் – பேலான் பள்ளத்தாக்கிலுள்ள சோபானி, மண்டோ, கோல்டியா, கிழக்கில் பாண்டு ராசர் திபி, தாவோ டௌசாலி ஹேடிங், மருதாரு, ரெய்ச்சூரில் இரண்டு ஆறுகளுக்கிடையில் உள்ள இடங்கள், தீபகற்பத்தின் கோதாவரி, கிருஷ்ணா பள்ளத்தாக்கிலுள்ள சில ஊர்கள், விந்திய மலைத் தொடர், புத்தேல்கண்ட், சோட்டா நாக்பூர், ஒரிசா, சிவாண்ட் (பீகார்), மிசாப்பூர், அலகாபாத், கோடிக்கல், நாகார்ஜுன கொண்டா, பலவோய், பிக்லிகல், உத்நூர் (ஆந்திரம்), பிரம்மகிரி, ஹல்லூர், மஸ்கி, தெக்கல்கோட்டா, தி.நர்சிபூர் சங்கன் கொள்ளு (கருநாடகம்), பையம்பள்ளி (தமிழ்நாடு) ஆகிய இடங்களில் வாழ்ந்தனர்.[5]

புதிய கற்காலத்தில் கால்நடைகளை மேய்ப்பதே முதன்மைத் தொழிலாக இருந்தது. எனினும் சில இடங்களில் ஆற்றோர வேளாண்மைகளும், வன்புல வேளாண்மைகளும், மலைப் பகுதிகளில் காட்டெரிப்பு வேளாண்மைகளும் நடைபெற்றன. இடம்விட்டு இடம்மாற்றிப் பயிரிடும் முறையும் கைக்கொள்ளப்பெற்றன.[6]

வேளாண்மையும் நகரமயமாக்கலும்

நீர்ப்பாங்கான பகுதிகளில் மனிதர்கள் நிலையாக வாழத் தலை பட்டனர். இதனால் தொடக்கக் காலப் பயிரிடும் முறையிலிருந்து,

Rock painting of cattle herders in Tassili-n-Ajjer, Algeria

அல்ஜீரியாவின் தஸ்ஸிலிஎன்அஜ்ஜரில் கால்நடை வளர்ப்பவர்களின் பாறை ஓவியம்

நிலையாகப் பயிரிடும் முறை தோன்றியது. இக்காலக்கட்டத்தில் இரும்பின் பயன்பாடு அறியப்பெற்றது. இரும்பினை அறியும் வரையிலும், உணவு சேகரித்தல், கால்நடை மேய்த்தல் போன்ற வற்றுக்குத் துணைத் தொழிலாக வேளாண்மை விளங்கியது.[7] இரும்புப் புழக்கத்தினால் வேளாண்மை பரவலாக்கம் பெற்றது. கங்கைச் சமவெளியின் நடுப்பகுதிகள், கிழக்கு இந்தியா, தீபகற் பத்தின் அகலமான பள்ளத்தாக்குகள், கடற்கரைப் பிரதேசங்கள் ஆகிய பகுதிகளில் ஈரமண் வேளாண்மை நடைபெற்றது. வேளாண்மை யோடு துணைத் தொழில்கள் பெருகின. இவ்வளர்ச்சி, நகரமய மாக்கலுக்கு இட்டுச்சென்றது. மேற்கு ஆசியாவிலிருந்து வடமேற்கு இந்தியாவுக்கு வேளாண்மை வந்ததாகக் கூறப்படுகிறது. வடமேற்கில் கைல் கல் மொகமது, ராணா குண்டை, ஷெரிகான், தாரகை, கும்லா, ரெஹ்மான் தேரி ஆகிய இடங்கள் கால்நடை மேய்ப்போர் மற்றும் வேளாண்மைச் சமூகங்களின் மையங்களாக விளங்கின. கோதுமை, வால்கோதுமை, நெல், தினை போன்ற பயிர்கள் வெவ்வேறு இடங் களில் வெவ்வேறு காலகட்டங்களில் பயிரிடப்பெற்றன. அறு வடை செய்யப்பெற்ற வயல்களில் கால்நடைகளைக் கொண்டு கிடை வைப்பதைப் பழங்காலத்திலிருந்து பேணி வருகின்றனர்.[8] மனிதர் களின் நாகரிக நிலைக்குச் சான்றாக அறிஞர்கள் இயம்புவது, வேளாண்மையும் நகரமயமாதலும் ஆகும். இந்திய வரலாற்றில் கி.மு. 2500-1750, கி.மு.600-கி.பி.200 மற்றும் கி.பி. 11-14 ஆகிய மூன்று காலகட்டங்களில் நகரமயமாதல் நிகழ்ந்ததாக வரலாற் றறிஞர்கள் இயம்புகின்றனர்.[9]

இந்திய நிலப்பரப்பில் கால்நடை மேய்க்கும் குழுக்கள்

ஆப்கானிஸ்தான், மத்திய ஆசியாவிலிருந்து கால்நடை மேய்ப் போர் இந்திய நிலப்பரப்புக்குள் வருவதும் போவதுமாக இருந்தனர். இந்தியக் குழுக்களும் அந்நாடுகளுக்குச் சென்று தங்கிக் கால்நடை களை மேய்த்தனர். கிழக்கே திபெத்துடன் கூடிய கணவாய் வழியாகக் கோடைக்காலப் புல்வெளிகளைத் தேடி கால்நடை மேய்க்கும் குழுக்கள் இந்திய நிலப்பரப்புக்குள் வருவதை வழக்கமாகக் கொண் டிருந்தனர். தீபகற்ப இந்தியாவில் பரவலாகப் பல்வேறு குழுக்கள் கால்நடைகளை மேய்த்துவந்தன.[10]

அநாகரிகர்களாக இந்திய நிலப்பரப்புக்குள் நுழைந்த ஆரியர் களுக்கு முன்பே, இங்கு பல்வேறு பழங்குடி மக்கள், நாகரிகத்தில் சிறப்புற்று விளங்கினர். இதற்கு இருக்கு வேதப் பாடல்களே சான்று பகர்கின்றன. சிந்து பள்ளத்தாக்கில் வாழ்ந்த தொல்குடிகள், இந்தோ – ஐரோப்பியர்களைக் காட்டிலும் வேட்டை, பசு வளர்ப்பு போன்ற நிலைகளில் அடுத்த நிலையை எட்டியிருந்தனர். இந்தோ – ஐரோப் பியர்கள் இந்தியத் தொல்குடிகளிடமிருந்து மிகவும் பிற்காலத்தில் தான் அத்தொழில்களைக் கைவரப்பெற்றனர்.[11]

ஆரியர்களால் குறிப்பிடப்படும் சரபர்கள், அரக்கர்கள் ஆகியோர் காடுகளில் வாழ்ந்தவர்களாவர். இவர்களில் பலர் கால்நடை மேய்ப் பவர்களாகவும், வேட்டைக்காரர்களாகச் சுற்றித் திரிபவர்களாகவும் விளங்கினர். பெரும்பாலான கால்நடை குழுக்கள் பண்டமாற்று வணிகத்தில் ஈடுபட்டனர்.[12] இத்தகைய தொல்குழுக்களில் ஒன்றாகப் பணிக்கள் குறிப்பிடப்படுகின்றனர். ஆரியரல்லாத இந்திய தொல் குடியினரான இவர்கள், ஆரியர்களுடன் வணிகம் புரிந்ததோடு, ஆரியர்களுக்குச் சிந்து மக்களின் பிரதிநிதியாகவும் இருந்தனர் என் கிறார் சாங்கிருத்யாயன்.[13] எனினும் இவர்களிடமிருந்தும் ஆரியர்கள் கால்நடைகளைக் கொள்ளையிட்டனர்.[14]

ஆரியர்களின் முதன்மைத்தொழில் கால்நடைகளை மேய்ப்ப தாகும். ஆநிரைகளை மேய்த்துக்கொண்டே இந்திய நிலப்பரப்புக்குள் இடம்பெயர்ந்தனர். காட்டுமிராண்டி நிலையிலிருந்த இவர்கள் தொடக்கக் காலத்தில் இரும்பினை அறியாதிருந்ததால் வேளாண் மையை அறியாதிருந்தனர். ஜவ்வரிசி போன்ற தானியங்களை அறிந்திருந்தாலும் கால்நடை மேய்ப்பதே அவர்களது முதன்மைத் தொழிலாக இருந்தது. ஒரு மாட்டுக் கொட்டத்தில் தங்களுடைய

பீம்பேட்கா பாறை முகாம்களில் ஏறத்தாழ 30,000 ஆண்டுகள் பழைமையான கற்கால (பாலியோலித்திக் காலம்) பாறை ஓவியம். ஆயரும் ஆக்களும். மத்திய பிரதேசம், இந்தியா

பசுக்களுடன் வாழ்ந்தவர்கள் ஒரு கோத்திரத்தைச் சேர்ந்தவர்களாகக் கருதப்பட்டனர்.[15]

மேய்ச்சல் நிலங்களையும் கால்நடை வளர்ப்புக்குத் தகுதியான பிரதேசங்களையும் தேடிய ஆரிய குழுக்கள், அதனை எதிர்த்த பழங் குடிகளோடு போரிட்டு முன்னேறினர். இத்தகைய போர்களைப் பற்றி இருக்கு வேதம் பரவலாகக் குறிப்பிடுகிறது.[16] தொடக்கத்தில் சரஸ்வதியிலிருந்து சிந்து பள்ளத்தாக்குவரை பரவி, தங்கள் கால் நடைகளுடன் மேய்ச்சல் வாழ்க்கையை நடத்திய ஆரியர்கள்,[17] பிற்காலத்தில் அதாவது, கி.மு.1500ஆம் ஆண்டுகளுக்குப் பிறகுத் தோட்டத் தொழிலையும், முறையான வேளாண்மையையும் அறிந்து கொண்டனர்.[18]

இருக்கு வேதம் குறிப்பிடும் ஐந்து[19] முதன்மையான ஆரிய குழுக்களில் ஒன்று யது குழுவாகும். பிற குழுக்களைப் போலவே யதுக்களும் பல்வேறு கிளைகளாக வளர்ந்து பரிணமித்தனர். கால் நடை மேய்ப்பதை மட்டுமே தலையாயத் தொழிலாகக் கொண்டிருந்த ஆரிய குழுக்களில் யதுக்கள் மட்டுமே கால்நடைகளோடு இணைத்துப் பேசும்படி பிற்காலத்தில் விளங்கினர். தங்களுக்குள் ஏற்படுத்திக் கொண்ட வர்ணாசிரம முறையில் இவர்கள் வைசியர்களாக அறியப் பெற்றனர். கால்நடைமேய்ப்பும் வணிகமும் இவர்களது தொழிலாக இருந்தன. எனினும் சத்திரியர்களாகவும் இருந்து அரசாண்டுள்ளனர் என்பதைப் புராண – இதிகாசங்களின் வழி அறியமுடிகிறது.

தக்கணத்து மேய்ச்சல் குழுக்கள்

தென்னகத்துக்கேயுரிய பெருங்கற்காலச் சின்னங்கள், தக்கணத்தில் பரவலாகக் கிடைக்கின்றன. இக்காலத்து மக்கள், வேட்டையாடுதல், கால்நடை மேய்த்தல், புன்செய் வேளாண்மை, மீன்பிடித்தல் போன்ற தொழில்களில் ஈடுபட்டிருந்தனர்.[20]

கோதாவரி, கிருஷ்ணா, துங்கபத்திரை, பெண்ணாறு, காவிரி ஆறுகளின் பள்ளத்தாக்குகளில் கி.மு. மூன்றாயிரம் ஆண்டுகளுக்கு முன்புவரையிலும் அதற்குப் பிறகும் ஆநிரைகளை மேய்க்கும் குழுக்கள் பரவலாக வாழ்ந்திருந்தன. தென்னகத்தில் பாதியளவு வறண்ட பிரதேசங்கள் கால்நடை வளர்க்கும் கிராமங்களுக்கு வாய்ப்பாக இருந்தன. பிக்லிஹால் (கருநாடகம்), உத்னூர் (ஆந்திர பிரதேசம்), மற்றும் குப்தாஸ் போன்ற இடங்கள் கால்நடை வளர்க்கும் பகுதிகளாக

அல்ஜீரிய கற்கால ஓவியங்கள்

கால்டை மேய்க்கும் அல்ஜீரிய ஆயர்கள், அல்ஜீரியா,
வரலாற்றுக்கு முற்பட்ட கற்காலப் பாறை ஓவியம்

மாட்டினங்களை மேய்க்கும் அல்ஜீரிய ஆயர்,
வரலாற்றுக்கு முற்பட்ட கற்காலப் பாறை ஓவியம்

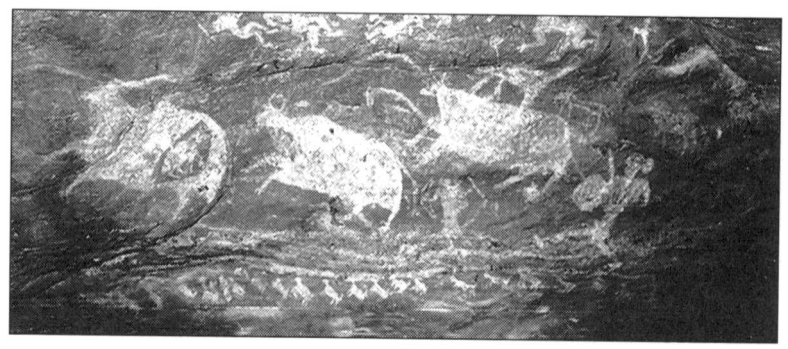

மத்திய பிரதேசம், கற்கால ஓவியம்

35000 ஆண்டுகளுக்கு முற்பட்ட அல்டாமிராக் குகை ஓவியம், இரஷ்யா

17000 ஆண்டுகளுக்கு முற்பட்ட பாறை ஓவியம், லாஸ்கஸ் (Lascaux), Montignac, France

விளங்கின. இங்கு நான்காயிரம் ஆண்டுகளுக்கு முற்பட்ட மாட்டுத் தொழுவங்களின் எச்சங்கள் கண்டறியப்பட்டுள்ளன. மந்தைகளை இடம்விட்டு இடம் கொண்டுசெல்ல நேரிடுகையில் அவற்றின் சாணக்குவியலை எரித்துவிடுவதை வழக்கமாகக் கொண்டிருந்தனர்.[22] கால்நடை மேய்ப்பவர்கள் மலைக்குகைகளில் தங்கினர். மலை ஓரங்களில் மண்சுவர் எழுப்பி வாழத் தலைப்பட்டனர். தொழுவங் களுக்கும் வாழ்விடங்களுக்கும் அருகில் நீர்நிலைகள் இருந்தன. ஆநிரை, செம்மறி, வெள்ளாடு முதலியவற்றை வளர்த்தனர்.[23] மேற்குத் தொடர்ச்சி மலைகள், கிழக்குத் தொடர்ச்சி குன்றுகள் ஆகிய பகுதி களிலும் பரவலான காட்டுப் பகுதிகளிலும், பல்வேறு மேய்ச்சல் குழுக்கள் வாழ்ந்தன.[24] வன விலங்குகளை வேட்டையாடியும், உணவுப் பொருட்களைச் சேகரித்தும் வாழ்ந்த வேட்டைச் சமுதாயத்திலிருந்து, ஆநிரை, ஆடு முதலியவற்றைச் சொந்தமாக்கிக் கொண்டு அவற்றைப் பாதுகாத்துப் பெருக்கிப் பெரும் செல்வங்களாக உருப்பெறவைத்த ஆயர், இடையர், கோவலர், அண்டர், குடவர், கொங்கர் ஆகிய பெயர்களைக் கொண்ட கால்நடை இனக்குழு சமூகங்கள் நாகரிகத்தில் முன்னேற்றம் கண்டிருந்தன.[25]

தக்கணத்தில் வாழ்ந்த கால்நடை மேய்க்கும் குழுக்கள் கால்நடை மேய்த்தலோடு தொடக்க நிலை வேளாண்மையையும் மேற் கொண்டனர். பாதி வறண்ட பிரதேசங்களில் தினை, சாமை போன்றவற்றை நிலம் மாற்றிப் பயிரிடல், காட்டெரிப்பு வேளாண்மைகளின்[26] மூலம் பயிரிட்டனர்.

கால்நடைகளுக்கான போர்கள்

கால்நடைகள் மதிப்பு மிகுந்த செல்வங்களாகக் கருத்தப்பட்டமை யால், உலகம் முழுவதும் கால்நடைகள் பொருட்டே தொடக்கக் காலப் போர்கள் நிகழ்ந்தன. தமிழகத்தில் பல்லவர் காலம்வரையிலும் ஆகோள் போர்கள் நடைபெற்று வந்தன.[27] ஆற்றுத் தண்ணீரைக் கட்டுப்படுத்துவது, மேய்ச்சல் நிலங்களைப் பெறுவது போன்றவைப் போர்களுக்கான காரணிகளாக இருந்தன. கூடுதலாகக் கால்நடை களைப் பெறவும், தம்முடைய பெருமையை நிலைநாட்டவும்கூடக் கால்நடை கவர்தல் போர்கள் நிகழ்த்தப்பெற்றன.

ஆரியர்கள், கால்நடைகளுக்கான தண்ணீர், மேய்ச்சல் நிலம் ஆகியவற்றைப் பெறுவதே குறிக்கோளென்று வெளிப்படையாக

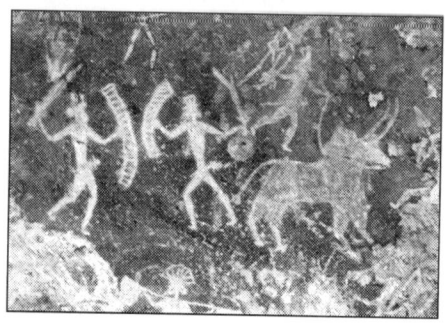

வரலாற்றுக்கு முற்பட்ட காலம், மத்திய இந்தியா

அறிவித்து நிகழ்த்தியுள்ளர். செல்வம் மிக்க தாசர்களின் கால்நடைகளைத் களவாடுவதும் அவற்றுக்காகப் போரிடுவதும் நேர்மையான செயலென்றுக் கருதினர்.[28] மேலும் ஆரியக் குலங்கள் ஆரியரல்லாதோரின் கால்நடைகளுக்காக மட்டும் போரிடவில்லை. தங்களுக்குள்ளேயும் மேய்ப்பிடங்கள் மற்றும் நிலங்களுக்காகப் போரிட்டுக் கொண்டனர். இத்தகைய போர்களின் மூலம் குடியிருப்புக்குகந்த இடங்களைக் கண்டடைந்தனர்.[29] பிற்காலத்தில் அரசமைப்புகள் உருவானபோது, கால்நடை போர்களைக் கட்டுக்குள் கொண்டு வருவதற்கும் கால்நடைகளைப் பேணுவதற்கும் விதிகள் வகுக்கப் பெற்றன.[30]

தங்களுடைய மந்தைகளைப் பாதுகாப்பதற்காகப் போரிட்ட அந்தந்தப் பகுதியைச் சேர்ந்த வீரர்களுக்கு மேற்கு இந்தியாவிலும் தீபகற்ப இந்தியாவிலும் நடுகல் நட்டு வணங்கும் வழக்கம் புதிய கற்காலத்திலிருந்து இருந்துவருவதன் மூலம் கால்நடை மேய்ப்பின் முக்கியத்துவத்தை உணரமுடிகிறது.[31] சங்க இலக்கியங்களின் மூலம்

தென்தக்கணத்தில் நிகழ்ந்த கால்நடை போர்கள் பற்றிய தெளிவான தகவல்கள் கிடைக்கின்றன. புறநானூற்றில் 17 பாடல்களும், அக நானூற்றில் 19 பாடல்களும் ஆநிரைக் கவர்தல் மற்றும் அதனால் மூண்டப் போர்களைப் பற்றிக் குறிப்பிடுகின்றன. கால்நடைகளைப் பேணுபவர்களாகக் கோவலர், இடையர், ஆயர் போன்றோரும் ஆநிரைக் கவர்தலில் வடுகர், மழவர், மறவர், வேடர் போன்றோரும் ஈடுபட்டதாகக் குறிக்கப்படுகின்றனர்.[32] வடுகர்கள் கால்நடை மேய்ப் பதிலும் கவர்தலிலும் ஈடுபட்டனர். ஆநிரைக் கவர்தலை வெட்சி என்றும், மீட்டலைக் கரந்தை என்றும் பழந்தமிழ் இலக்கியங்கள் குறிப்பிடுகின்றன. ஆநிரை, ஆடு மேய்ப்பதற்கும் அவற்றைக் கவர் வதற்கும் ஏற்ற புவிப்பரப்பைத் தொண்டை மண்டலம் கொண் டிருந்தது.[33] சங்க கால ஆநிரைக் கவர்தல்கள் இரவில் நடைபெற்றன. இதனால் மூண்ட போரில் உயிரிழந்தவர்களை நினைவுக்கூறும் வகையில் நடுகல் நடப்பட்டன. அவை வழிபாட்டுக்குரியனவாக மாறின. நடுகல் வழிபாடு, தற்போதும் தொடர்ந்து வருவதைக் காணலாம். •

அடிக்குறிப்புகள்

1. J.L.Mehta, Sarita Mehta, History of Ancient India, 2013, p.75.

2. எஸ்.டாங்கே, பண்டைகால இந்தியா, 2011, ப.35.

3. செமைட்டுகள் மத்தியில் (மேய்ச்சல்) இவ்வாழ்க்கை யூப்ரடீஸ், டைக்ரிஸ் நதிகளின் புல் வளமிக்கச் சமவெளிப் பிரதேங்களில் ஏற்பட்டது. ஆரியர் களிடையில் இது இந்தியா, ஆக்ஸஸ் நதி, ஜக்ஸார்தஸ் நதி, டான் நதி, நீப்பர் நதி ஆகியவற்றின் புல் வளமிக்கச் சமவெளிப் பிரதேசங்களிலும் ஏற்பட்டது. ஆட்டு மந்தைகளுடன் ஊர்ஊராகத் திரிந்துகொண்டிருந்த அரபு செமிட்டுகள் ஒவ்வொரு கூட்டமாக அக்கட், சுமர் ஆகியப் பகுதிகளில் பரவினார்கள். இவர்கள் கி.மு.1200இல் பாலஸ்தீனத்தில் குடியேறினார்கள். கிரீஸ் மக்கள் ஆடு வளர்ப்பதிலும் பின்னர் ரோமங் களைக் கொண்டு கம்பளி ஆடை நெய்வதிலும் ஈடுபட்டனர். இரஷ்யாவின் தென் பகுதியில் வாழ்ந்தவர்கள் சித்தியர்கள். தாங்கள் வளர்க்கும் ஆடுகளுக்கு வேண்டிய புல்வெளிகளைத் தேடி ஊர்ஊராகச் சென்றுகொண்டிருந்தார்கள். உணவுக்கும் உடைக்கும் தங்கள் ஆட்டு மந்தைகளையே அவர்கள் நம்பியிருந்தார்கள். கோடையில் இஷ்டம் போல திரிவார்கள். மழைக்காலத்தில் நதிக்கரைகளில் கூடாரம் அமைத்து தங்குவார்கள் (எஸ்.சங்கர், 1985).

4. ரொமிலா தாப்பர், முற்கால இந்தியா, 2016, ப.148.

5. J.L.Mehta, Sarita Mehta, History of Ancient India, 2013, p.75-76.

6. ரொமிலா தாப்பர், முற்கால இந்தியா, 2016, ப.111.

7. டி.டி.கோசாம்பி, பண்டைய இந்தியா, 2006, ப.50.

8. ரொமிலா தாப்பர், முற்கால இந்தியா, 2016, ப.155, 153.

9. ர.பூங்குன்றன், தொல்குடி வேளிர் வேந்தர், 2016, ப.191.

10. மேலது, ப.91,93,122.

11. ராகுல சாங்கிருத்யாயன், மனித சமுதாயம், 2013, ப.99.

12. ரொமிலா தாப்பர், முற்கால இந்தியா, 2016, ப.120.

13. ராகுல சாங்கிருத்யாயன், மனித சமுதாயம், 2013, ப.41.

14. அக்னி சோமர்களே! நீங்கள் உங்கள் சுவீர்யத்தால் பணியின் உணவா யிருந்த பசுக்களை அபகரித்தீர்கள் (இருக்கு. 1:92:4).

ஓ! மித்ராவருணரே, சிந்து இனத்தார் உம்முடைய தெய்வத்தன்மையைப் பெறவில்லை. பணிக்களும் அதை அடையவில்லை (இருக்கு. 1:11:9).

அறிஞர்கள் எங்கும் தேடியும் பணிகளின் குகையினுள் உத்தமச் செல்வமான பசுக்களின் மந்தை மறைக்கப்பட்டிருந்தது என்பதை

அறிந்தார்கள். பிறகு அசுரர்களின் பொய் மாயைகளை உணர்ந்து மீண்டும் அந்த இடத்துக்கு வந்து பலாத்காரமாய் நுழைந்தார்கள். (இருக்கு. 2:24:6).

15. ஆர்.எஸ்.சர்மா, பழங்கால இந்தியாவில் அரசியல் கொள்கைகள், 2010, ப.146.

16. தேவர்களே! நாங்கள் பசுக்கள் சஞ்சரிக்காத இடத்துக்கு வந்திருக்கிறோம். இப்பரந்த பூமி கொலை பாதகர்கள் இன்புறும் ஸ்தானமாய் இருக்கிறது. (இருக்கு. 6:47:20).

    கோட்டைகளை இடிப்பவனும் செல்வத்தை ஏற்பவனுமான இந்திரன் பகைவர்களை விலக்கி தன் மின்னல்களால் தாசர்களை அழித்தான் (இருக்கு. 3:34:1).

    தேவனான பரகஸ்பதி பகைவனுடைய செல்வங்களையும் பசுக்களோடு பரந்தமேய்தரைகளையும் வென்றிருக்கிறான். தடைபடாத பிரகஸ்பதி நீரையும், சோதகளையும் பற்ற விரும்பி மின்னலால் பகைவர்களைக் கொல்லுகின்றான். (இருக்கு. 6:73:3).

    பிரகஸ்பதி தடைகளை நீக்கி எதிரிகளை வென்று பகைவர்களைத் தாழ்த்தி அசுரர்களுடைய பல கோட்டைகளை இடிக்கிறான் (இருக்கு. 6:73:2).

17. ராகுல் சாங்கிருத்யாயன், ரிக்வேதகால ஆரியர்கள், ப.31.

18. ராகுல சாங்கிருத்யாயன், மனித சமுதாயம், 2013, ப.79.

19. புரு, யது, துர்வஸு, த்ருஹ்யு, அனு ஆகிய ஐந்தும் பழமையான ஆரிய குழுக்கள்; நீ உன்னை நோக்கும் பஞ்ச சனங்களைப் பாலித்தாய். (இருக்கு. 2:13:10).

20. ர.பூங்குன்றன், தொல்குடி வேளிர் அரசியல், 2016, ப.6.

21. ரொமிலா தாப்பர், முற்கால இந்தியா, 2016, ப.183.

22. சி.க. சிற்றம்பலம், பண்டைய தமிழகம், ப.78.

23. ர.பூங்குன்றன், தொல்குடி வேளிர் அரசியல், 2016, ப.52.

24. ர.பூங்குன்றன், தொல்குடி வேளிர் வேந்தர், 2016, ப.12.

25. ராஜ் கௌதமன், ஆகோள் பூசலும் பெருங்கற்கால நாகரிகமும், 2009, ப.41.

26. வடகிழக்கு இந்தியாவில் நிலம் மாற்றிப் பயிரிடும் முறை இன்றும் வழக்கிலுள்ளது. (ரொமிலா தாப்பர்: 2016); மேற்குத் தொடர்ச்சி மலைப்பகுதிகள், கிழக்குத் தொடர்ச்சி குன்றுகளில் காட்டெரிப்பு வேளாண்மை நடைபெற்றன. (நற்.122,289; அகம்.204,294; ஐங்.469).

27. ர.பூங்குன்றன், தொல்குடி –வேளிர் – அரசியல், 2016, ப.71.

28. மனைகளைத் தரும் அவன் நம்முடைய துதிகளைச் செவியுறுங்கால் பசுக்கள் சேர்ந்துள்ள செல்வத்தைத் தரத் தவறான் (இருக்கு. 6:45:23).

தஸ்யுக்களைக் கொல்லும் இந்திரன் குவிச்சனுடைய மாடுகள் நிறைந்த கொட்டில்களுக்கும் செலுத்துகிறான். அவன் அவற்றை எங்களுக்குத் தன் வீர செயல்களால் புலப்படுத்துகிறான். (இருக்கு. 6:45:24).

நாங்கள் வில்லால் பகைவர்களுடைய பசுக்களை வெல்வோமாக (இருக்கு.6:75:2).

29. மேலது, ப.217,219.

30. காண்க: பின்னிணைப்பு – கௌடில்யரின் அர்த்தசாஸ்திரம்.

31. ரொமிலா தாப்பர், முற்கால இந்தியா, 2016, ப.122.

32. புறம்: 257, 258, 259, 260, 261, 262, 263, 264, 265, 269, 270, 286, 287, 290, 291, 297, 298; அகம்: 7, 35, 63, 97, 101, 105, 115, 131, 159, 179, 213, 249, 253, 265, 269, 309, 338, 342, 372.

33. ர.பூங்குன்றன், தொல்குடி-வேளிர்-அரசியல், 2016, ப.70.

2. சங்க காலத் தமிழக ஆயர்கள்

சங்க காலத் தமிழர்கள் நீர்த்தடத்தினை அடிப்படையாகக் கொண்டு பண்டைய தமிழகத்தை ஐந்து நிலப்பகுதிகளாகப் பகுத்திருந்தனர். மேகக்கூட்டங்கள் கடலிலிருந்து நீரை முகந்து, வலமாக எழுந்து ஓங்கியுயர்ந்திருக்கும் மலைப்பகுதிகளில் பெய்யும் மழைநீரானது, முறையே மலை சார்ந்த பகுதியான குறிஞ்சி, மலையடிவாரம் மற்றும் காடு சார்ந்த பகுதியான முல்லை, சமவெளிப்பகுதி மற்றும் வயல் சூழ்ந்த பகுதியான மருதம், மணல் சார்ந்த பகுதியான நெய்தல் நிலங்களில் பாய்ந்தோடி, கழிமுகங்கள் வழியே கடலைச் சென்றடை கிறது. மிகுதியான வெப்பத்தினால் மலையும், காடும் நீரின்றி வறண்டு காணப்படும்போது அதனைப் பாலை என்றும் குறித்தனர். சங்க இலக்கியங்களின் மூலம், அக்கால ஆயர்களின் முழுமையான வாழ்வியல் சித்திரத்தைக் காணமுடிகிறது.

முல்லை நிலம்

பழந்தமிழகத்தின் பரப்பளவில் பாதிக்கு மேல் காடுகளாக இருந் திருந்தன. 6-9 மீட்டர் உயரமுள்ள மரங்களோடு முட்புதர் மண்டிச் சமவெளிப்பகுதிகளில் காணப்படும் தென்வெப்பமண்டலக் காடு களையும், 80 பாகைவரை புழுக்கத்தன்மை மிக்கக் கிழக்குக் கடற் கரை ஓரங்களில் காணப்படும் வெப்பமண்டல பசுமைமாறாக் காடு களையும், கடல்நீர் பாய்ந்துவற்றி, உதிர்ந்த இலைகள் அழுகிக் காணப் படும் கடற்கழிச் சதுப்புநிலக் காடுகளையும் முல்லை நிலங்களாகப் பழந்தமிழர்கள் கருதினர்.[1]

காடு, கானம், குறும்பொறை, கொல்லை, செந்நிலம், செஞ்சுவல், புறவு, புனம், புன்புலம், மென்புலம், முரம்பு, முல்லை, வன்புலம் போன்ற சொற்களால் முல்லை நிலத்தைக் குறித்தனர்.[2] சங்கப் பாடல் களிலிருந்து, வேங்கட மலைக்குத் தென்பால் புல்லி என்பவனுக்கு உரித்தாயிருந்த புல்லியங்காடு (நற்.14:11), அதற்குத் தென்பகுதியில் அழிசிக்கு உரியதாயிருந்த ஆர்க்காடு (குறு.258, நற்.190:26), மேற்குப் பகுதியில் நன்னனுக்கு உரித்தாய் இருந்த பாழிச் சிலம்பு (அகம்.152:13), தெற்கில் ஆய் என்பவனுக்கு உரித்தாய் இருந்த

ஆய்க்கானம் (அகம்.69:18), ஆலங்கானம் (அகம்.36:14), முள்ளூர்க் கானம் (குறு.312:3), உம்பற்பெருங்காடு (அகம்.357:9), சாய்க்காடு (நற்.73:9), உறந்தைப்புறங்காடு (அகம்.122:22), வல்லத்துப்புற மிளை (அகம்.336:21), குடவாயில் மிளை (அகம்.44:17) முதலிய காடுகளை அறியமுடிகின்றன.[3]

முல்லை நிலத்தின் நிலவாழ் மக்களாகக் கால்நடை மேய்க்கும் ஆயர்கள் குறிப்பிடப்படுகின்றனர். முல்லை நிலத்தின் சூழலும், மேய்ச்சல் நிலம் உள்ளிட்ட இயற்கை வளமும் கால்நடை வளர்ப்புக்கு உகந்ததாக அமைந்திருந்தது. தொடக்கத்தில் காடுகளில் சுற்றித்திரிந்த விலங்குகளைக் காடுவாழ் மக்கள் பழக்கப்படுத்தி அவற்றை வளர்க்கத் தலைப்பட்டனர். செம்மறியாடு, வெள்ளாடு, பசு, எருமை உள்ளிட்ட விலங்குகளைப் பழக்கப்படுத்தி அவற்றைத் தன்னுடைய பொருளா தாரத் தேவைகளுக்குப் பயன்படுத்திக்கொண்டனர்.

மேய்ச்சல் குழுக்கள்

'ஆ' என்னும் சொல் மாட்டைக் (பசு) குறிக்கும். அவற்றைப் பேணும் மக்கள் குழுவினர் 'அர்' விகுதியோடு ஆயர் என்று வழங்கப் பெற்றனர். பழந்தமிழகத்தில் ஆயர், கோவலர், இடையர், அண்டர், குடவர், பூழியர், பொதுவர் போன்ற மேய்ச்சல் பழங்குடிகள் கால் நடை மேய்ப்பை மேற்கொண்டிருந்தனர்.

ஆயர் என்னும் பெயர், பொதுப்பெயராகும். மாட்டினங்களைப் பேணும் ஆயர்கள் கோவலர் என்றும், ஆட்டினங்களைப் பேணும் ஆயர்கள் இடையர் என்றும் வழங்கப்பெற்றனர். அண்டர் என்னும் குடியினர் நள்ளி என்னும் குறுநில மன்னனது நாட்டில் வாழ்ந்து வந்தனர்.[4] இவர்கள் மிகுந்த ஆநிரைகளைப் பெற்றிருந்தனர். குட நாட்டில் வாழ்ந்த ஆயர்கள் குடவர் எனப்பட்டனர். இவர்கள் புல்லியின் நாடான வேங்கடத்திலும் வாழ்ந்தனர் (அகம்.393:16). பூழி நாட்டு ஆயர்கள் பூழியர் எனப்பட்டனர். இவர்கள் செம்மறியாடுகளையும் வெள்ளாடுகளையும் மேய்த்துவந்தனர் (நற்.192, குறு.163).

பொதுவர்

ஆயர்களில் ஒரு பிரிவினர் பொதுவர் என்று அழைக்கப்பட்டனர். பொதுவன் என்னும் சொல்லைத் திணைப்பெயராகக் குறிப்பிடும் நச்சினார்க்கினியர், இதனை, 'இது திணைதொறுமரீஇய பெயரால் திணைநிலைப் பெயர் வந்தது' என்கிறார்.[5] மேலும், ஆயர்கள்

காய்தல் உவத்தல் அற்ற பொதுமையான குணத்தால் அப்பெயர் பெற்றனர் என்றும்,[6] மத்திய திராவிட மொழிகளில் பொது என்னும் சொல்லுக்கு மாட்டுமடி என்ற பொருளுண்டு; எனவே, அவற்றோடு தொடர்புடைய கால்நடைகளைப் பேணுவதால் இவ்வாறு அழைக் கப்பெற்றிருக்கலாம் என்றும்,[7] வடஇந்தியாவில் ஆபிரர்கள் என்று வழங்கப்பட்ட அஹீர்கள், தமிழகத்தில் பொதுவர் அல்லது பொதுநில மக்கள் என்று அழைக்கப்பட்டனர்; பொது என்னும் திராவிடச் சொல் நடுநிலையைக் குறிக்கும்; இவர்கள் தமிழர்களுக்கும் நாகர்களுக்கும் பொதுவானவர்களாக இருந்தமையால் இப்பெயர் பெற்றனர் என்றும்[8] அறிஞர்கள் கருதுகின்றனர். சங்க காலத்தில் மாட்டினைப் பேணும் ஆயர்கள் கோவினத்தாயர்கள் என்றும், எருமையினத்தைப் பேணும் ஆயர்கள் கோட்டினத்தாயர்கள் என்றும், ஆட்டினங்களைப் பேணும் ஆயர்கள் புல்லினத்தாயர்கள் என்றும் ஆயர்கள் அழைக்கப்பட்டனர். 'பொதுவர்' என்னும் சொல், கலித்தொகை – முல்லைக்கலியில் ஏறுதழுவும் ஆயரைக் குறிக்கவே அதிகம் பயன்படுத்தப்பட்டுள்ளது. ஏறுதழுவும் ஆயரை இன்னார் என அடையாளம் சுட்ட முடியாத நிலையில் அவர் பொதுவர் – பொதுவன் என்று சுட்டப்பெற்றிருக்கலாம்.

சங்க இலக்கியங்களில் ஆயர் வாழ்வியல்

சங்க இலக்கியங்களில் நற்றிணையில் 30 பாடல்களும்; குறுந் தொகையில் 45 பாடல்களும்; ஐங்குறுநூறில் 100 பாடல்களும்; கலித் தொகையில் 17 பாடல்களும்; அகநானூறில் 40 பாடல்களும்; பத்துப் பாட்டுப் பாடல்களிலும்; புறநானூறில் பொதுவியல் திணையின் சில பாடல்களிலும் முல்லைத் திணையைச் சுட்டும் பாடல்கள் இடம் பெற்றுள்ளன. இவற்றில் கலித்தொகையோடு சேர்த்து தலைவன் கூற்றாக 98 பாடல்களும்; தலைவி கூற்றாக 62 பாடல்களும்; தோழி கூற்றாக 49 பாடல்களும்; தாயர் கூற்றாக 13 பாடல்களும்; ஏனை யோர் கூற்றாக 12 பாடல்களும் இடம்பெற்றுள்ளன. இத்தகைய கூற்றுகளின்வழி முல்லை நில மக்களின் வாழ்வியல் புலப்படுகிறது.

சங்க கால ஆயர்களின் உணவு, உடை, அணிகலன்கள், இருப்பிடம், தொழில், பண்டமாற்று, விருந்தோம்பல், நம்பிக்கைகள், வழிபாடு, திருமணம், விளையாட்டு போன்றவற்றைச் சங்க இலக்கியப் பாடல் களின் மூலம் அறியமுடிகிறது.

உணவு

சங்க கால ஆயர்கள் பலவித உணவு வகைகளை உண்டனர். பால் மற்றும் பால்படுபொருட்கள், தானிய வகைகள், பூக்கள், பூச்சிகள்,

ஊன் உணவுகள், கள் ஆகியவை அவர்களது உணவுப் பட்டியலில் சிறப்பிடம் பெற்றிருந்தன.

சமையலறை

ஆயர்களது சமையலறை வீட்டின் முற்றத்திலோ, வீட்டையடுத்துத் தனித்தோ அல்லது கிடைக்கு அருகில் திறந்தவெளியிலோ அமைந் திருந்தது. யானைக்கூட்டம் போன்ற குதிர்களில் வரகுக் கதிர்கள் நிறைந்திருந்த வீட்டின் முற்றத்தில் சமையலறை இருந்ததால் அப்பகுதி முழுமையும் புகை சூழ்ந்திருந்தது என்பதைப் 'புகைசூழ் கொட்டில்' (பெரும்.185-196) என்று பெரும்பாணாற்றுப்படை குறிப்பிடுகிறது. சமையலறையில் தாளிதம் செய்யும்போது 'குய்' எனப் புகை எழுந்து பரவியதைக் குறுந்தொகை (குறு.167) காட்டுகிறது.

சமையல்

நெல், வரகு, தினை முதலிய தானியங்களும், பால், தயிர், மோர், வெண்ணெய், நெய் முதலிய பால்படுபொருட்களும், ஈசல் போன்ற பூச்சிகளையும், அவரைக்காய், வேளைக்கீரை, வேளைக்கீரை பூ போன்ற தாவர வகைகளையும், செம்மறியாடு, முயல் இவற்றின் இறைச்சிகளையும் பலவித கள் வகைகளையும் ஆயர்கள் தம் உணவில் முக்கியமானதாகக் கொண்டிருந்தனர். வேளைக்கீரை, அதன் பூ, தயிர், மோர், ஈசல், வரகு இவற்றையெல்லாம் சேர்த்து புளிங்கூழ், புளிங்கறி, புளிஞ்சோறு முதலிய உணவு வகைகளைச் செய்தனர். நன்கு விளைந்த முற்றிய நெல்லை, அரிசியாக்கி ஆம்பற்பூவோடு சமைத்து உண்டனர்.[9] உணவு களிமண் பானைகளில் சமைக்கப்பெற்றது. (அகம்.393) பூளைப்பூப் போன்ற வரகுச் சோற்றை வேங்கைப் பூவை ஒத்ததான அவரைப் பருப்புடன் அவித்து வரகுச் சோற்றோடு சேர்த்து உண்டதை,

> **குறுந்தாள் வரகின் குறள்அவிழ்ச் சொன்றி**
> **புகர்இணர் வேங்கை வீ கண்டன்ன**
> **அவரைவான் புழுக்கு அட்டி, பயில்வுற்று**
> **இன்சுவை மூரல் பெறுகுவீர்** (பெரும்.193-196)

என்ற பெரும்பாணாற்று அடிகள் குறிப்பிடுகின்றன. உணவினைக் கலங்களிலும் தேக்கிலைகளிலும் பரிமாறினர். உண்ணும் முன் கலங்களைக் கழுவி அதில் சோறுண்டனர். (புறம்.120)

புற்றிலிருந்து வெளிப்படும் ஈசலை மோரோடு சேர்த்து புளியங் களியாக்கியதை,

செம்புற்று ஈயலின் இன்அளைப் புளித்து
மென்தினை யாணர்ந்து நந்தும் *(புறம்.119)* என்றும்,

வரகரிசியைக் குத்தி வடிக்கப்பட்ட சோற்றுடன் வெண்ணிற வேளைப் பூவைத் தயிரில் கலந்து புளிங்கூழ் ஆக்கியதை,

கவைக்கதிர் வரகின் அவைப்புறு ஆக்கல்
தாதுஎரு மறுகிற் போதொடு பொதுளிய
வேளை வெண்பூ வெண்தயிர்க் கொளீஇ
ஆய்மகள் அட்ட அம்புளி மிதவை *(புறம்.215)* என்றும்,

மணமிக்க நெய்யில் கடலையை வறுத்துச் சோற்றுடன் சேர்த்து உண்டதையும் (புறம்.120) புறநானூற்றுப் பாடல்கள் குறிப்பிடுகின்றன.

அகநானூற்றுப் பாடலொன்று தயிரோடு, வரகரிசி, ஈசலைச் சேர்த்து ஆயமகள் ஆக்கிய புளியஞ்சோற்றினைக் குறிப்பிடுகிறது.

சிறுதலைத் துருவின் பழுப்புஉறு விளைதயிர்
இதைப்புன வரகின் அவைப்புமாண் அரிசியொடு
கார்வாய்த்து ஒழிந்த ஈர்வாய்ப் புற்றத்து
ஈயல் பெய்து அட்ட இன்புளி வெஞ்சோறு *(அகம்.394)*

இப்படி ஆக்கிய சோற்றில் வெண்ணெய் உருகி ஓடுமாறுவிட்டு, இளையர்க்கு உண்ணத் தருகிறாள் அவ் ஆயமகள்.

மூங்கில் அரிசிச் சோற்றில் மேட்டு நிலத்தில் விளைந்த நெல்லின் அரிசியை விரவி அவரை விதையாற் புளியைக் கரைத்து புளிங்கூழைச் செய்தனர். இதனை,

செவ்வீ வேங்கைப் பூவின் அன்ன
வேய்கொள் அரிசி மிதவை சொரிந்த
சுவல்விளை நெல்லின் அவரையம் புளிங்கூழ் *(மலை.434-437)*

என்ற அடிகள் மூலம் அறியமுடிகிறது.

இரவு நேரங்களில் பாலும் பாற்சோறும், வெண்ணெய் கலக்கப் பெற்ற சோற்றையும் உண்டனர் என்பதை, *(மலை.415-417)*

பல்யாட்டு இனநிரை எல்லினிர் புகினே
பாலும் மிதவையும் பண்ணாது பெறுகுவிர் *(மலை.416-417)*

என்ற அடிகள் தெரிவிக்கின்றன. தினைமாவில் நெய்யிழுதையிட்டுச் செய்த உணவை விரும்பி உண்டனர். *(மலை.440-448)*. பொன்னை

நறுக்கியதைப் போன்ற நுண்ணிய அரிசியுடன் வெள்ளாட்டுத் தசையைச் சேர்த்து ஆக்கிய கருமையான சோற்றுத் திரளில் குளிர்ந்த வெண்ணெய் இழுதை இட்டு உண்டதை.

> பொன்அறைந் தன்ன நுண்நேர் அரிசி
> வெண்எறிந்து இயற்றிய மாக்கண் அமலை
> தண்ணென் நுண்இழுது உள்ளீடு ஆக (மலை. 440-442)

என்ற மலைப்படுகடாமின் முல்லை நிலப் பாடலடிகள் குறிப்பிடு கின்றன.

பால்படுபொருட்கள்

ஆயர் பசு, எருமை, ஆடு ஆகியவற்றின் பாலையும் அவற்றினின்று கிடைக்கும் தயிர், மோர், வெண்ணெய், நெய் ஆகியவற்றையும் உணவாகக் கொண்டனர். ஆயர்கள் பாலை உணவாகக் கொண்டதைப் பற்றி அகநானூறும் (393), மலைப்படுகடாம் (409-410) மற்றும் பெரும்பாணாற்றுப்படை (168, 175) பாடல்கள் குறிப்பிடுகின்றன.

ஆயர்கள், நண்டுகளின் சிறு பார்ப்பினைப் போன்ற தினையரிசிச் சோற்றைப் பாலுடன் கலந்து உண்டனர் (பெரும்.166). வெண்ணிற மான தயிரையும் (புறம்.215) செம்மறியாட்டின் பழுப்புநிற தயிரையும் (அகம்.394) சோற்றில் இட்டும், வெண்ணெய் அளையப்பெற்ற மோரையும் (புறம். 215) வெண்ணெயிலிருந்து பெறப்படும் நெய்யையும் சோற்றில் கலந்தும் (புறம்.120) உண்டனர்.

ஊன் உணவுகள்

ஆயர்கள் ஊன் உணவினை விரும்பி உண்டதைச் சங்கப் பாக்கள் வெளிப்படுத்துகின்றன. செம்மறியாட்டின் கறியையும் முயலிறைச்சி யையும் சோற்றோடு சமைத்தும், செம்மறியாட்டுக் கிடாயை வெட்டி, அதனோடு சோறாக்கி அந்த ஊன் உணவையும் உண்டனர் (புறம்.113) வளமான ஊன் துண்டங்களால் நிறைந்த சோற்றையும் (புறம்.396) குறிய முயலின் தசையோடு, நெய்ச் சோற்றைக் கலந்தும் (புறம்.396) உட்கொண்டனர். மேலும் தம் ஆடையைப் பரப்பி உடும்பினைப் பிடித்து அதை ஈட்டியால் கொன்று, மனைக்கு எடுத்துச் சென்று சமைத்து உண்டதை (நற்றி.59) நற்றிணைப் பாடல் குறிப்பிடுகிறது.

மேய்புலத்தில் உணவு

ஆநிரைகளை மேய்புலத்துக்கு ஓட்டிச் செல்லும்போது தமக்கு வேண்டிய உணவை மூங்கில் குழாய்களில் நிரம்ப இட்டு கட்டி,

அதைக் காளைகளின் கழுத்தில் கட்டிவிடுவர் (அகம்.253). நீர் வற்றிப்போய் வறண்டிருக்கும் கோடைக்காலங்களில் இளைய எருதுகளின் கழுத்தில் கட்டிவைத்திருக்கும் மூங்கில் குழாயில் உள்ள உணவைப் புதிய வழிப்போக்கர்களுக்குத் தேக்கிலையில் பகிர்ந்துகொடுத்துத் தானும் உண்பதை.

பயம்தலை பெயர்ந்து மாதிரம் வெம்ப
வருவழி வம்பலர்ப் பேணி காவலர்
மழவிடைப் பூட்டிய குழாஅய்த் தீம்புளி
செவிஅடை தீரத் தேக்கிலைப் பகுக்கும் (அகம்.311)

என்ற அகநானூற்றுப் பாடலடிகள் புலப்படுத்துகின்றன.

கள்

பல்வேறு மூலப்பொருட்களிலிருந்து தயாரிக்கப்பட்ட கள்ளை ஆயர்கள் அருந்தினர். முல்லை நிலத்தில் மலரிலிருந்து கள் இறக்கப் பட்டதை (புறம்.396) புறநானூற்றுப்பாடல் எடுத்தோதுகிறது. இறக்கப் பட்ட கள்ளை, நிலத்தைத் தோண்டிப் புதைத்து (புறம்.120), அது நன்கு புளித்ததும் இடியிடிக்கும் மழைக் காலங்களில் பனங்குடையில் நிரப்பி அருந்தினர் (நற்றி.253). தான் மட்டும் அருந்தாது மற்றவர்களுக்கும் கொடுத்து அருந்தச் செய்தனர் (புறம்.120).

இவ்வாறு ஆயர்கள் பல்வேறு வகையான உணவு வகைகளை உண்டமைப் பற்றிய செய்திகளைச் சங்கப் பாக்களில் காணமுடிகிறது.

உடை

ஆயர்கள் உடல் முழுவதையும் மறைக்கும் விதத்தில் ஆடை யணிந்ததாகப் பாடல் குறிப்புகள் இல்லை. அவர்கள் கலிங்கம் என்னும் ஆடையையும், துவராடையையும், கருந்துவராடையையும், நீலநிற ஆடையையும், கலிங்கப் பட்டாடையையும் அணிந்திருந்ததைச் சங்கப் பாக்கள் மூலம் அறியமுடிகிறது.

ஆடவராடை

ஆயரினத்து ஆடவர்கள் துவராடையையும் கருந்துவராடையையும் கலிங்கமும் அணிந்திருந்தனர். ஆடுமேய்க்கும் ஆயர்கள் இடையில் ஒற்றையாடையை உடுத்தியிருந்ததைப் பெரும்பாணாற்றுப்படை சுட்டுகிறது. (பெரும்.175) அவ்வாடையையும் மடித்துக் கட்டி யவராய்த் திகழ்ந்தனர் (அகம்.54).

துவராடை என்பது காவிநிற ஆடையாகும். கரிய மேனியுடைய பொதுவன் துவராடை உடுத்தியிருந்ததையும் (கலி.102) மேய்புலத்தில் காயாம்பூ மாலையணிந்த ஆயனொருவன் கருநிறமுடைய துவ ராடையை அணிந்திருந்ததையும் (கலி.108) முல்லைக்கலி சுட்டுகிறது.

கலிங்கம் என்னும் ஆடையைக் கல்லால மரநிழலில் இருக்கும் இறைவனுக்கு ஆய் அரசன் வழங்கியதாகச் சிறுபாணாற்றுப்படை (சிறுபா.96) குறிப்பிடுகிறது.

பெண்டிராடை

ஆயமகளிர் நீலநிற ஆடையை உடுத்தியிருந்ததை அறியமுடிகிறது. அவ்வாடை பல்வேறு வேலைப்பாடுகளைக் கொண்டதாக இருந்தது. இது தவிர, கலிங்கப்பட்டாடையையும் ஆயமகளிர் உடுத்தியிருந்தனர்.

தன் அன்னை தனக்குத் தந்த நீலநிற ஆடையை அணிந்துகொண்டு, தன் தோழியரோடு சென்ற ஆயமகள் குறித்தும் (கலி.11) தன் களவு வெளிப்பட்ட அதிர்ச்சியில் தரையில் தொங்கிய பூக்கரையிட்ட தன் நீலநிற ஆடையைச் சரியாகக்கூடக் கட்டாமல் வாரிச் சொருகிக் கொண்டு வீட்டிலிருந்து வெளியே ஓடிய ஆயமகள் குறித்தும் (கலி.115) முல்லைக்கலி குறிப்பிடுகிறது.

அட்டிற்சாலையில் புகும் ஓர் ஆயமகள் கலிங்கப்பட்டாடையினை உடுத்தியிருந்தாள். தன்னுடைய மெல்லிய கைவிரல்களை தம் ஆடையில் துடைத்துக்கொண்டு, சமையலறையினுள் சமைக்கச் சென்றதைக் குறுந்தொகைக் காட்சிப்படுத்துகிறது (குறு.167).

இப்படியான ஆடைகளை ஆயர்கள் அணிந்திருந்தனர். குழந்தை களின் ஆடை பற்றிய சான்று பாடல்களில் இல்லை.

அணிகலன்கள்

செம்பொன்னால் செய்யப்பட்ட அணிகலன்களை ஆயர்கள் அணிந்தனர். (குறு.21, அகம்.364) அவர்கள் அணிந்திருந்த, கிண் கிணி, வளையல், மங்கல அணி, பொன்னரி மாலை, கழல், புலிப் பல் கோர்த்த தாலி, தாளருவி, சதங்கை, மகரக்குழை போன்ற அணி கலன்கள் குறித்துச் சங்கப் பாக்கள் குறிப்பிடுகின்றன.

பெண்கள் அணிந்த அணிகலன்கள்

பெண்கள், சில அணிகலன்களைத் தலையிலும் (குறு.21) ஒளி மிக்க வளையல்களைக் (புறம்.117, 240, நற்றி.371) கைகளிலும்,

குழை (கலி.104, 109) மகரக்குழை (கலி.103), தாளருவி (பெரும்.) முதலிய அணிகலன்களைக் காதிலும், கழுத்தில் மங்கல அணியையும் (புறம்.127). காலில் பொற்சதங்கைகளையும் அணிந்திருந்தனர் (அகம்.254).

ஆடவரணிந்த அணிகலன்கள்

ஆடவர், விளங்கிய மணிகள் கோக்கப்பட்ட வளையல்களை (புறம்.130) அணிந்திருந்தனர். கலப்பில்லாத பொன்னால் செய்யப் பட்ட தாமரைப்பூப் போன்ற பொன்னரி மாலையை மார்பில் அணிந் திருந்தனர் (புறம்.141). கைகளில் தொடியையும் (புறம்.374,375) கால்களில் கழலையும் (புறம்.142,374) அணிந்திருந்தனர்.

சிறுவர்களணிந்த அணிகலன்கள்

சிறுவர்கள், புலிப்பல் கோர்த்தத் தாலியைக் கழுத்தில் அணிந் திருந்தனர் (புறம்.374). தவளையின் வாயைப் போன்ற வாயுடைய கிண்கிணி என்னும் அணியையும் (குறு.148) குரும்பை வடிவில் மணிகள் இழைத்துச் செய்யப்பெற்ற அணிகலனையும் (ஐங்.442) காலில் அணிந்திருந்தனர்.

இருப்பிடம்

ஆயர்கள் முல்லைக்காட்டில் வாழ்ந்தனர். அவர்களது ஊரைச் சுற்றிக் கவர்ந்த கதிர்களையுடைய வரகு விளைந்திருந்தது (அகம்.384). இப்பகுதிகள் சேரி, பள்ளி, பாடி, குறும்பு, சிறுகுடி, சீறூர் என்று வழங்கப்பட்டன.[10] ஆயரது வீடுகள் இரண்டு வகையாகக் காட்டப் பட்டுள்ளன. கழிகளால் மிடையப்பட்ட குடில்கள் மற்றும் மட் சுவராலான வீடுகள். ஆட்டிடையர்களது குடில்கள் பற்றிய செய்தி களே சங்கப் பாக்களில் அதிகமுள்ளன.

ஆட்டிடையர் குடியிருப்பு, மணப்பட்டி, மதுரை

ஆயர்கள், தம் குடியிருப்பைச் சுற்றி முள்ளாலான உயிர் வேலிகளை அமைத்திருந்தனர் (பெரும்.184-185). வேலிகளால் சூழப்பட்ட அவ்வூர்களில் சிறுசிறு குடில்களில் வசித்தனர் (பெரும்.147-148). கார்காலத்து மேகம் போன்று விளங்கும் அக்குடில்கள் வரகு வைக் கோல்களால் கூரை போடப்பட்டிருந்தன. (பெரும்.190-191) கழி களால் கட்டப்பட்டு புற்களால் வேயப்பட்ட குடில்களும் காணப் பட்டன (மலை.438-439). கூரை வேய்ந்திருந்த வீட்டின் மேற் பகுதியின் கரிய தாழ்வாயில் குருவி இணையொன்று வசித்து வந்தது (நற்றி.181)

> ஆட்டிடையரது குடியிருப்பைப் பற்றி,
> செற்றை வாயில் செறிகழிக் கதவின்
> கற்றை வேய்ந்த கழித்தலைச் சாம்பின்
> அதளோன் துஞ்சும் காப்பின் உதள
> நெடுந்தாம்பு தொடுத்த குறுந்தறி முன்றில்
> கோடுமுகத் துருவையொடு வெள்ளை சேக்கும்
> இடுமுள் வேலி எருப்படு வரைப்பின்   (பெரும்.147-154)

என்று பெரும்பாணாற்றுபடை அடிகள் காட்சிப்படுத்துகின்றன.

குடில்களின் கதவுகள் மூங்கில் கழிகளால் அமைக்கப்பெற்றிருந்தன. உட்பகுதியில் ஆட்டுத்தோல் படுக்கையில் ஆட்டிடையன் ஒருவன் படுத்திருந்தான். இவ்வாட்டுத்தோல் படுக்கை மென்மையான மயிருடைய ஆட்டின் தோலை உரித்து அதனை இணைத்து மிதித்து செய்யப்பெற்றதாகும். (மலை.418-420). குடிலுக்கு அருகில் வளைந்த முகமுடைய செம்மறியாடுகளுடன் வெள்ளாடுகளும் இருந்தன. நீண்ட கயிறுகளால் கிடாய்கள் கட்டப்பட்டிருந்தன. குடிலின் வாயிலில் கட்டையான கால்களில் ஆட்டுக்குரிய குலைகள் கட்டப்பட்டிருந்தன. அவற்றை ஆட்டுக்குட்டிகள் தின்றுகொண்டிருந்தன. குடிலின் வாயி லருகில் கழிவுகள் குப்பையாகக் கிடந்தன. குடிலைச் சுற்றிக் கால் நடைகளின் கழிவுகள் மிகுதியாகக் காணப்பட்டன.

முற்றம் வைத்து கட்டப்பட்ட வீடுகளும் இருந்தன. முற்றத்தில் மணல் பரப்பியிருந்தனர். (அகம்.254) அங்கு ஓர் ஓரத்தில் சிறிய சால்களில் நீர் வைத்திருந்தனர். அந்நீரை முயல்களும் மான்களும் அருந்தின. அங்குப் படலைக் கொடியோடுகூடிய பந்தல் வேயப்பட் டிருந்தது (அகம்.87). முற்றத்தில் பெண் யானைக் கூட்டம் போன்ற குதிர்கள் இருந்தன. அவை வரகுக் கதிர்களால் நிரம்பியிருந்தன. கதிர்களைத் திரிப்பதற்கு யானையின் கால்கள் போன்ற திரிமரங்கள் இருந்தன. வண்டிச் சக்கரத்தையும் கலப்பையையும் அருகிலிருந்த

நீண்ட சுவரில் சார்த்தியிருந்தனர். (பெரும்.185-189) அச்சுவர்கள் சிவந்த மண்பூசிய மட்கலம் போன்று இருந்தன. (அகம்.394) இப்பகுதி சமையற்கட்டாகவும் விளங்கியதால் புகைப்படிந்திருந்தது. (பெரும்.189).

கோவினத்தாயர்கள் மற்றும் ஏற்றினத்தாயர்களது குடியிருப்பைப் பற்றிய தெளிவான காட்சிகள் காட்டப்படவில்லை. வீட்டுக்கு அருகில் தொழுவத்தில் கால்நடைகள் கட்டப்பட்டிருந்ததை மட்டும் அறியமுடிகிறது.

தொழில்

ஆயர்களது முதன்மைத் தொழில் ஆநிரை மேய்ப்பதாகும். முல்லை நிலப் பகுதி காடு மற்றும் காடு சார்ந்த, புதர், புல்வெளி மிக்க பகுதியாகையால் இவற்றை ஆதாரமாகக் கொண்ட கால்நடைகளை வளர்த்து அதன் மூலம் பெறப்படும் பால்படுபொருட்கள், இறைச்சி, தோல் முதலியவற்றைப் பெற்று, மிஞ்சியவற்றைப் பண்டமாற்று மூலம் விற்று, வேண்டியதைப் பெற்று தம் தேவையை நிறைவேற்றிக் கொண்டனர். இருப்பினும் அவர்கள் ஆநிரை மேய்ப்பதை மட்டுமே தொழிலாகக் கொண்டிருக்கவில்லை. வன்புல வேளாண்மையிலும் ஈடுபட்டனர்.

ஆநிரை மேய்த்தல்

ஆநிரைகளில் ஆடு, மாடு இரண்டையுமே ஆயர்கள் வளர்த்தனர். ஆடுகளில் செம்மறியாடுகளும் வெள்ளாடுகளும் இருந்தன. மாடுகளில் பசுக்களும் எருதுகளும் காளைகளும் இருந்தன. காளைகள் சாம்பல், காரி, வெள்ளை, செவலை போன்ற பல வண்ணங்களில் இருந்துள்ளதை முல்லைப் பாக்களின் மூலம் அறியமுடிகிறது.

இரண்டு விதமான மேய்ப்பு முறை ஆயர்களிடையே இருந் துள்ளமையை அறியமுடிகிறது. ஒன்று, ஊரிலிருந்து காலையில் கால்நடைகளை ஓட்டிச்சென்று மாலையில் மீண்டும் வீடுதிரும்பும் மேய்ப்பு முறை. மற்றொன்று, கால்நடைகளை மேய்த்துக்கொண்டே ஊர்ஊராகச் செல்லும் முறை. இவற்றில் பின்னதற்குக் குறைந்த அளவிலான சான்றுகளே உள்ளன.

ஆமேய்த்தல்

பசுவினை ஆ, குரம், குரால், கூலம், கோவலம், சுரை என்றும், ஆண் மாட்டினை எருது, இறால், ஏறு, குண்டை, கூளி, கொட்டியம்,

சே, கோ, நூபம், பகடு, பாண்டில், பாறல், புல்லம், பூணி, பெற்றம், போத்து, மூரி, விடை என்றும், வணிகநோக்கில் பயன்படுவன வற்றினைத் தூரியம், பகடு, பாறல் என்றும், எருமையினத்தைக் கவரி, காரா, காராம், மூரி, மேதி, வடவை என்றும், ஆண் எருமைக் கன்றைக் குழவி, உம்பல் என்றும் பெண் எருமையை நாகு என்றும், பால் மறந்த எருமையை மைமை என்றும், பயன்படாப் பசுவைச் சுதை என்றும் பால் கறவாப் பசுவை வற்சை என்றும் ஒருமுறை மட்டும் கன்றீன்ற பசுவைக் கிட்டி அல்லது கிருட்டி என்றும் அழைத்தனர்.[11]

கால்நடை மேய்க்கும் ஆயர்கள் அதிகாலையிலேயே தம் மந்தை களை மேய்புலத்துக்கு ஓட்டிச் செல்வர். கையில் நீண்ட கோல் வைத்துக்கொண்டு அவற்றைச் செலுத்துவர் (கலி.108). இளங்கன்று களை அவற்றினின்று பிரித்து சிறிய கயிற்றைக்கொண்டு தொழு வத்திலேயே கட்டிவிட்டு, (அகம்.293) ஆக்கூட்டத்தை நீண்ட தொலைவுக்கு மேய்ச்சல் நிலம் நோக்கி ஓட்டிச் செல்வர் (குறு.64). கால்நடைகளுக்கான புல்வெளிகள் பரந்திருந்ததால், அவை துன்ப மின்றி மேய்ந்தன. காளைகளுக்குக் கழுத்தில் அடையாளமாகப் பூ மாலைகளை அணிவித்திருந்தனர் (குறு.363).

கோடைக்காலங்களில் மேய்ச்சல்

மேய்புலத்தில் அவற்றின் நீர்த் தேவையை அறிந்து நீர்நிலை நோக்கிக் கோவலர் செலுத்துவர். வறண்டிருக்கும் நீர்நிலைகளில் தன் கையில் வைத்திருக்கும் கோலினால் சிறிய பள்ளத்தைத் தோண்டி, அதில் ஊறும் நீரைக் கால்நடைகளுக்கு அருந்த கொடுப்பர் என்பதை,

கல்லாக் கோவலர் கோலில் தொட்ட
ஆன்நீர்ப் பத்தல் (ஐங்.304:1-2)

என்ற ஐங்குறுநூற்றுப் பாடலடிகள் தெரிவிக்கின்றன.

ஆநீர்ப்பத்தல், மானங்காத்தான், சிவகங்கை

வறண்ட, தரிசு நிலப் பகுதிகளில் உள்ள கற்களை உடைத்து நீர் கசிகின்ற ஊற்றுக்கண்களை உண்டாக்கி, கால்நடைகளுக்கு அருந்த தருவர் என்பதை,

> சேண்பால் வியன்சுரைப்
> படுமணி இனநிரை உணீஇய கோவலர்
> விடுநிலம் உடைத்த கலுழ்மண் கூவல்   (அகம்.321:6-8)

என்ற அகநானூற்றுப் பாடலடிகள் தெரிவிக்கின்றன.

கற்கள் மிகுந்த காட்டில் கணிச்சி என்னும் கருவியினால் தோண்டிய குழியிலிருந்து ஊறிவரும் நீரையுண்ட பசுக்கூட்டங்கள் மிக வறண்ட பாலை நிலப் பகுதியில் புக எத்தனிக்கும்போது, தாம் வைத்துள்ள ஊதுகொம்பினால் ஒலியெழுப்பி, அவற்றை அவ்விடம் செல்ல விடாமல் தடுத்து, தாழ்ந்துள்ள கொன்றை மரத்தின் குறைந்த நிழலில் இளைப்பாறச் செய்வர் என்பதை

> கடற்றுஅடை மருங்கின் கணிச்சியின் குழித்த
> உடைக்கண் நீடுஅமை ஊறல் உண்ட
> பாடுஇன் தெண்மணி பயம்கெழு பெருநிரை
> வாடுபுலம் புக்கென, கோடுதுவைத்து அகற்றி
> ஒல்குநிலைக் கடுக்கை அல்குநிழல் அசைஇ
> பல்ஆன் கோவலர்...   (அகம்.399:6-11)

என்ற அகநானூற்றுப் பாடலடிகள் தெரிவிக்கின்றன.

மேலும், வேங்கை மரத்தின் கிளையை முழுவதும் வெட்டாமல் முறித்து அத்தழைகளை, இளைப்பாறும் பசுக்களுக்கு ஆயர் உண்ணக் கொடுப்பர் என்பதை,

> அருவி மாறி அஞ்சுவரக் கடுகிப்
> பெருவறன் கூர்ந்த வேனிற் காலைப்
> பசித்த ஆயத்துப் பயனிரை தருமார்
> பூவாள் கோவலர் பூவுடன் உதிரக்
> கொய்துகட்டழித்த வேங்கையின்   (புறம்.224:12-16)

என்ற புறநானூற்றுப் பாடலடிகள் உணர்த்துகின்றன.

தன் வாயை மடித்து சீழ்க்கையொலி எழுப்பும் கோவலர்கள், கோடையில் ஆக்களின் நீர் வேட்கையைப் போக்கும் பொருட்டு, வளைந்த வாயையுடைய பத்தலைக் கிணற்றில் இட்டு நீரை முகர்ந்து

அருகில் உள்ள சிறிய குழிகளில் நிரப்புவர். அவற்றை நிரைகள் அருந்தும். இதனை,

> **நெடுவிளிக் கோவலர் கூவல் தோண்டிய**
> **கொடுவாள்ப் பத்தல் வார்ந்துஉகு சிறுகுழி** (அகம்.155:8-9)

என்ற அகநானூற்றுப் பாடலடிகள் புலப்படுத்துகின்றன.

கார்காலத்தில் மேய்ச்சல்

கோவலர், கார்காலத்தின் தொடக்கத்தில் மழையால் நனைந்த புற்கள் நிறைந்த திறந்தவெளியில் தம் கால்நடைகளை அழைத்துக் கொண்டு, சுருக்கி விரிப்பதாகக் கொண்ட தோற்பையில் கழு, சூட்டுக் கோல், உண்கலங்கள் ஆகியவற்றை வைத்துக் கட்டி தோள்களில் மாட்டிக்கொண்டு, கொன்றைப் பழத்தாலான குழலை ஊதியபடியே மேய்புலத்துக்குச் செல்வர். அங்கு நடக்கும் காளைப்போர் குறித்து முல்லைக்கலி குறிப்பிடுகிறது.

மேய்புலத்தில், ஏறுகள் கூட்டமாகச் செல்லும்போது, ஈரநிலத்தைக் குத்திச் சேறாக்கின. அவை தம்முள் மாறுபாடுகொண்டு கனைத்து, ஒன்றின்மேல் ஒன்று பாய்ந்து தாக்கிக்கொண்டன. போர்களத்தில் புகுந்த வீரர்களைப் போன்று திமில்களையுடைய ஏறுகள் காணப் பட்டன. ஒன்றையொன்று தாக்கிக்கொண்ட ஏறுகள் சற்று பின் வாங்கி, கால்களால் நிலத்தைக் கீறி தம்முள் குத்திக்கொண்டதால் அவற்றின் உடல் முழுவதும் புண்ணாகி இரத்தம் பீறிட்டது. இதனைக் கண்ட கோவலர், அப்போரைத் தடுக்க எண்ணி, வேறு சில எருதுகளை இடையில் புகவிட்டு, அவற்றை விலக்கித் தத்தம் இனத்தோடு சேர்த்து மேய்புலத்துக்குச் செலுத்துமாறு செய்தனர். இது ஊழிக்காலத் தொடக்கத்தில் நிலவுலகத்தை மீண்டும் படைப்பதற்குப் பிரம்மன், முதலில் எங்கும் நிறைந்திருந்த நீர்ப்பரப்பாகிய கடலை நிலத்தைவிட்டு பிரித்த செயலை ஒத்ததாயிருந்தது. ஏறுகளைப் பிரிக்கும்போது அவற்றுடன் கோவலர், சண்டையிட நேர்ந்தது. ஏறுகள் அவர்களை ஓடும்படி செய்தன. ஓடாமல் நின்றிருந்தவர்கள்மீது நெருப்பைச் சிந்தும் கொம்பால் குத்தி உழலை கோர்த்த மரத்தைப் போலத் துளைத்தன. அவ்வாறு துளைத்தப் புண்ணிலிருந்து சொரிந்த இரத்தம் வழுக்குவதால் அவர்கள், மணலை அள்ளிக் கையைப் பிசைந்துகொண்டு உடம்பிலும் பூசிக்கொண்டு சிறிதும் காலம் கடவாமல் கடலில் தெப்பம் செலுத்தும் பரதவரைப்போல் ஏறுகளின் மீது ஏறி அதனைச் செலுத்தினர். இப்படி ஏறுகளுடன் போரிட்டு,

அவற்றின் சண்டையினைத் தடுத்து, மேய்புலத்துக்கு அழைத்துச் சென்றனர்.[12] மழைக்காலங்களில் மிகுதியான வெள்ளம் காரணமாகக் கால்நடை களைத் தாழ்நிலப் பகுதிகளில் விடாமல், மேய்ச்சலுக்காக மேட்டு நிலப்பகுதிக்கு ஓட்டிச்செல்வது வழக்கமாயிருந்தது.

கார்கால மாலைப்பொழுதில் கவடுபோல் நீண்ட கோல் வைத் திருக்கும் கோவலர் பகலெல்லாம் பெய்த மழையில் நனைந்து நீர் சொட்டச்சொட்ட ஆநிரையோடு திரும்பும் காட்சியை,

கவர்கோல் கோவலர்
எல்லுப்பெயல் உழந்த பல்ஆன் நிரையொடு
நீர்திகழ் கண்ணியர் ஊர்வயின் பெயர்தர *(அகம்.264:4-6)*

கார்கால மேய்ச்சல், சோழவந்தான், மதுரை

என்று குறிப்பிடுகிறது அகநானூற்றுப் பாடல் ஒன்று. ஊர் திரும்பும் கோவலர், ஆடையை மடித்துக் கட்டியவாறு, பசுக்கூட்டங்கள் முன்னே செல்ல, அவற்றின் பின்னே கொன்றையங் தீங்குழலை இசைத்துக்கொண்டே மெதுவாக நடந்து செல்வர். (அகம்.54).

ஆயர்கள் நிரை மேய்ப்பதற்கென்று தனியாக ஆட்களையும் வைத்திருந்தனர். அவர்கள் ஊரில் உள்ள ஆநிரைகளையெல்லாம் ஒன்றுசேர்த்து, மேய்ப்புலத்திற்கு ஓட்டிச் செல்வர். மாலையில் வீடு வீடாக அவற்றைக் கொண்டுசேர்ப்பர் என்பதை

கொடுமடி உடையர் கோல்கைக் கோவலர்
கொன்றைஅம் குழலர் பின்றைத் தூங்க
மனைமனைப் படரும் நனைநகு மாலை *(அகம்.54:10-12)*

என்ற அகநானூற்றுப் பாடலடிகள் சான்றுதருகின்றன.

ஆடு மேய்த்தல்

செம்மறியாடும் வெள்ளாடும் இடையர்களால் புரக்கப்பட்டன. செம்மறியாட்டினை ஆடு, உடு, ஒருவு, துருவை, துள்ளல், புருவை, வெறி, செம்மறி, மோத்தை, உதள், ஏழகம், பள்ளை, கடா, மை, கொறி, தகர், வேழகம் என்றும், வெள்ளாட்டினைக் காராடு, கொச்சை, வெள்ளை, வற்காலி, குறும்பாடு, வருடை, வரையாடு என்றும் அழைத்தனர்.

ஆயர்கள், ஆட்டினங்களை மேய்புலத்துக்கு ஓட்டிச்சென்று மேயச் செய்வர். ஆடுகள் சிதறிவிடாமல் இருப்பதற்கும் பிறரது ஆட்டுத் தொகுதியுடன் கலந்துவிடாமல் இருப்பதற்கும் வீளை என்னும் ஒலியை வாயைக் குவித்து எழுப்புவர். தன் ஆடுகளை ஒரே இடத்தில் கூட்டுவதற்காகவும் வாயை மடித்து சீழ்க்கையொலி எழுப்புவர் (அகம்.394). கையில் தீக்கோல் முதலிய கருவிகளைத் தோல் பையில் இட்டு, ஒருபுறம் தூக்கிக்கொண்டும் பனை ஓலைப்பாயை உறியின் மற்றொருபுறம் தூக்கிக்கொண்டும் ஆட்டிடையன் செல்வான். கார் காலத்தில் மிகுதியான வெள்ளம் காரணமாகத் தம் ஆட்டினங்களை மேட்டு நிலத்துக்கு ஓட்டிச் செல்வர் (நெடுநல்.5). தொடர்ச்சியாகப் பெய்யும் மழையில் நனைந்திருப்பான் (நற்றி.142). ஆட்டினங்களை மேய்க்கச் செல்லும் முன், குட்டிகளைத் தனியே பிரித்து பெரிய குடைபோன்ற கூண்டுகளில் அடைப்பர். இவற்றுக்குத் தழைக் குலைகளைக் கட்டையான கால்களில் கட்டிவிடுவர். அவற்றை ஆட்டுக்குட்டிகள் உண்ணும் (பெரும்.147-156).

காட்டுப்பகுதியில் மேயும் ஆட்டினங்கள், சேத்தூர், விருதுநகர்

ஆட்டிடையர்கள் தம் ஆடுகளை மேய்த்துக்கொண்டே ஊர் ஊராகப் பயணம் செய்ததற்கு நேரடித் தரவுகள் இல்லை. எனினும் அவர்கள் வீட்டைவிட்டு வெளியே செல்லும்போது, தமக்கு வேண்டிய பொருட்களை மொத்தமாக எடுத்துக்கொண்டு தம் புள்ளினத்தோடு இடம்பெயர்ந்ததை முல்லைப் பாடல்களில் காணமுடிகிறது. ஆட்டிடையர்கள் வயல்களில் கிடைகட்டி, கிடைக்குக் காவலாக அங்கேயே தங்குவது உண்டு. வயலில் கிடைகட்டுவது தொடர்பாக அகநானூறு பாடல் (அகம்.274:4-12) ஒன்று சான்றுபகர்கிறது.

'புன்செய் நிலத்தில் எருவுக்காக ஆட்டுக் கிடையை நிறுத்தி இடையர் காவலிருப்பர் என்பதையும் பாம்புகளை நடுங்குமளவு இடியிடிக்கும் நள்ளிரவிலும் இடையர், கருத்துடன் காவலிருப்பர் என்பதையும் அறியமுடிகிறது. மேலும், இடையன் ஒருவன், நீண்ட கோலில் ஒரு பக்கம் சோற்றுப்பானையும் மறுபக்கம் தோல் படுக்கையையும் உறியாகக் கட்டிக்கொண்டு, மழை தன் உடலின் ஒரு பக்கத்தை நனைக்க, கோலைக் காலுடன் சார்த்தித் தனியே நிற்பான் என்பதையும், அருகிலேயே தீக்கடை கோலால் தீ மூட்டி, அதில் குளிர்காய்ந்தபடி, அவன் வாயை மடித்து எழுப்பும் சீழ்க்கை யொலி, துள்ளுநடையிடும்ஆட்டுக்குட்டியைக் கவ்விச் செல்லவரும் குள்ளநரியை அருகில் உள்ள முட்புதரில் விழுந்து தலைதெறிக்க ஓடச்செய்யும்'[13] என்பதையும் அறியமுடிகிறது. மேலும் கொள்ளிக் கட்டைகளை எடுத்து வீசியபடி பெருத்தச் சத்தத்துடனும் நரியை இடையர் விரட்டுவர் (அகம்.94).

வன்புல வேளாண்மை

உழவு, தமிழ்ச் சமூகத்தில் தொடக்கக் கால வேளாண்மை, குறிஞ்சி நிலத்தில் காட்டெரிப்பு வேளாண்மையாக முகிழ்த்தது. அது முல்லை நிலத்தில் காட்டெரிப்பு மற்றும் புன்செய் வேளாண்மையாகவும், மருத நிலத்தில் பெருமளவிலான முறையான வேளாண்மையாகவும் நிலைபெற்றது. கால்நடை வளர்ப்போடு ஆயர்கள், முல்லை நிலத்தில் காட்டெரிப்பு வேளாண்மையும், புன்செய் வேளாண்மையையும் நிகழ்த்தியதைப் பற்றி முல்லைப்பாக்கள் சான்று தருகின்றன.

முல்லை நிலப்பகுதியில் கோவலர்கள் காட்டெரிப்பு வேளாண் மையை மேற்கொண்டனர். புன்செய் காட்டுக்குள், மரத்தின் வேரடியை எரித்து (நற்றி.289), மரங்களையும் செடிகொடிகளையும் வெட்டி, எரியூட்டி அதன் சாம்பலில் குத்துக்கம்பு, தோண்டுகழி, களைக்கொட்டு போன்ற கருவிகள் மூலம் குழியிட்டும் கலப்பையால் உழுதும்

பயிரிட்டனர். ஈரிலை வரகு (நற்றி.122), நெற்பயிர் (அகம்.204,294), திணை (ஐங்.469) போன்ற பயிர்கள் பயிரிடப்பட்டன.

உழவு

பெருமழை பொழிந்த புலர்காலைப் பொழுதில் ஆயஉழவர்கள் புழுதியான தம் நிலத்தை உழச்சென்றனர். தம் கலப்பையால் அப்புழுதி கீழ்மேலாகவும், மேல்கீழாகவும் மாறும்படி உழுதனர். பெய்த மழையால் அச்செம்மண்ணில் நன்கு ஈரம் படிந்திருந்தது. அதை கலப்பையால் மீண்டும், மாமிசத்துண்டைக் கிழித்ததைப் போன்று உ ழுதனர். அவ்வாறு உழுத நிலத்தில், விதைப்பதற்கு விதை களைப் பனைவோலைப் பெட்டிகளில் எடுத்துச்சென்றனர் (குறு.151). விதைகள் விதைக்கப்பெற்று ஒன்று பலவாக முளைத்து நாற்றுகளாக நின்றன. மழைக்குப் பனங்குடையைத் தலையில் கவிழ்த்துக்கொண்ட ஆயஉழவர்கள், களைகடி பறை எனப்பட்ட முரசு முழங்க, களைகளை வேரோடு வளைத்துப் பறித்தனர். அவ்வாறு தூய்மைசெய்த பெரிய கொல்லையில் கருமையான வரகுக் கதிர்கள் விளைந்து கவடுபட்டு நின்றன.[14] இப்படியான முற்றிய கதிர்களையுடைய வரகு வயல்கள் பல முல்லைக்காட்டில் இருந்தன (அகம்.384).

வரகு பயிரிடும் மற்றொரு காட்சியைப் புறநானூற்றில் காண முடிகிறது. வேங்கை மரம் நிற்கும் வெப்பம் நிறைந்த மேட்டு நிலத்தில், கார்காலப் பருவ ஈரத்தில் புழுதி கலக்கப் பன்முறை உழுது விதைத்து, பல கிளைகளுடன் அவை வளரும்போது இடையே வளரும் களைகளை அடியோடு பறித்தலால் நீண்டு வளர்ந்து குறை வில்லாமல் நிறையக் காய்த்து புதிய வரகு விளைந்துள்ளதை அப்பாடல் காட்சிப்படுத்துகிறது.[15] மேலும் தினையும், எள்ளும், அவரையும் பயிரிடப்பெற்றதையும் அறியமுடிகிறது.

வரகுத் திரித்தல்

கொல்லையில் தழைத்த வரகினைக் கதிர்த் தட்டைகளைப் பொங் கழி எனப்படும் பொலியில் தொகுத்து, மாடுகளின் பிளவுபட்ட குளம்புகளால் துவைக்கப்பட்டு, உதிர்ந்த வரகுகளை அகலமான பாறையில் குவித்தனர். வரிகள் பொருந்திய பெரிய தோள்களையும் நீண்ட செவிகளையும் உடைய தாய்மார்கள், பண்ணைக் கீரையின் வெண்மையான பழத்தின் அரிசியைப் போன்று திரிகையில் தேய்த்து முறத்தால் புடைத்து அரிசியை எடுத்தனர். சிறந்த பூணால் பிடிக்கப் பட்ட உலக்கையால் முறையாகக் குற்றி, உரலில் பெய்து தீட்டினர்.

உரலின் குழியில் நிறைந்த அரிசியை அங்குள்ள பெருஞ்சுனை நீருடன் முகந்து, களிமண் பானையில் கற்களை இட்டு அமைத்த அடுப்பின் மேல் ஏற்றிச் சமைத்தனர். இக்காட்சியை அகநானூற்றுப் பாடல் ஒன்று காட்சிப்படுத்துகிறது.[16]

ஆய முதுமகளிரின் வேளாண் பணி, மிளகனூர், சிவகங்கை

புன்செய் நிலத்தில் பயிரிடப்பெற்ற தினை, முற்றி உதிர்ந்து கிடக்க, அவற்றைச் செம்பூழ் பறவைகள் திருடித் தின்றன (ஐங்.469). அகன்ற வயல்களில் பயிரிடப்பெற்றிருந்த நெற்கள், முற்றித் தலைசாய்ந்து கிடந்தன (அகம்.294). இதனை ஆயஉழவர்கள் நெல்லறிப்பறையென மடிந்த வாய்ப் பகுதியையுடைய முழவு முழங்க, அறுவடை செய்தனர் (அகம்.204).

முல்லை நில நிரைமேய்ப்பு மற்றும் வேளாண்மை தொழிலில் மகளிரின் பங்கு கணிசமாக உள்ளது. ஆயமகளிர் மேய்புனத்துக்குக் கறவைக் கலங்களோடு மேய்க்கச் செல்வர் (கலி.117). தினைப்புனத்தின் அருகில் உள்ள மரத்தில் அமர்ந்துகொண்டு புனத்தைக் காவல் காப்பர் (அகம்.194). தினைப்புனத்தில் உள்ள தன் தந்தைக்கு உணவுகொண்டு செல்வதும், நிரைமேய்க்கும் தன் தமயனுக்கு உண்ணும் கலங்களைக் கொண்டுசெல்வதும் தினை அறுவடை செய்த நிலத்தில் தன் தாய் விட்டுச்சென்ற கன்றுகளை மேய்ப்பதும் (கலி.108) ஆயமகளிரது பணிகளாக இருந்தன. மேலும், மாடுகள் மேய்ச்சலுக்குச் சென்றபின் கன்றுகளைக் கொட்டிலில் கட்டுவதும் (கலி.111). கன்றுகள் நெடுந் தொலைவு மேய செல்ல முடியாததாகையால் அருகில் உள்ள மேய்ச்சல் பகுதியில் மேயவிடுவதும் (கலி.108,110,116). பால் கறப் பதற்காக அதற்குரிய கலத்தோடு மேய்ச்சல் நிலம் நோக்கிச் செல்வதும் (கலி.108,116). கறந்த பாலை வீட்டுக்குக் கொண்டுவந்து சேர்ப்பதும்

(கலி.111) எனப் பல்வேறு பணிகளை ஆயமகளிர் செய்வதைப் பாடல்கள் வழியே அறியமுடிகின்றன.

வைகறைப் பொழுதில் துயில் எழும் ஆய்ச்சியர், புலிக்குரல் போன்று ஒலிக்கும் தயிர் மத்தினை எடுத்துத் தயிர் கடைவர். குடைக் காளான் போன்று உறைந்திருக்கும் தயிரைக் கடைந்து, வெண்ணெய் எடுப்பர். வெண்ணெய்யைப் பிரித்தெடுத்துவிட்டு, மோரை மட்டும் அதற்குரிய பானையில் எடுத்து வைப்பர். இதை,

நள்இருள் விடியல் புள்ளெழப் போகி
புலிக்குரல் மத்தம் ஒலிப்ப வாங்கி
ஆம்பிவான் முகை அன்ன கூம்புமுகிழ்
உறைஅமை தீம்தயிர் கலக்கி *(பெரும்:155-158)*

என்ற பெரும்பாணாற்று அடிகள் எடுத்துரைக்கின்றன. தயிர்கடைந்த மத்தின் மணத்தால் ஈர்க்கப்பெற்ற கன்று தன் நாவால் அதனை நக்கும் (அகம்.87). தயிர்க் கடையும்போது தயிர்த் திவலைகள் அவளது உடலில் புள்ளிப்புள்ளியாகத் தெரித்திருக்கும். (கலி.108)

பிறதொழில்கள்

பால் விற்றல்

கையில் தீக்கடை கோல் முதலான கருவிகளுடன் தோற்பையை வைத்திருக்கும் இடையன் ஒருவன் பால்விலை கூறி விற்றதை (நற்றி.142) நற்றிணை காட்டுகிறது. தம் ஆட்டுத் தொகுதியுடன் வயலிலேயே கிடை அமர்த்தித் தங்கிவிடும் இடையர், அவற்றின் பாலைக் கறந்து ஊருக்குள் எடுத்துச்சென்று விற்று, தமக்கு வேண்டிய உணவுப் பொருட்களுடன் திரும்புவதை,

பறியுடைக் கையர் மறிஇனத்து ஒழியப்
பாலொடு வந்து கூழொடு பெயரும்
ஆடுடை இடைமகன் *(குறு.221:2-4)*

என்ற குறுந்தொகைப் பாடலடிகள் உணர்த்துகின்றன.

மோர் விற்றல்

வெண்ணெய் கடையப்பெற்ற மோரையும் வெண்ணெய்யையும் நெய்யையும் ஆயமகள் பிற பகுதிகளுக்குச் சென்று விற்றுவருவாள். பேரூரும் சிற்றூரும் ஆரவாரம் செய்யுமாறு அழகுடைய ஆய மகளொருத்தி மோர் விற்றுச்செல்வதை (கலி.109) முல்லைக்கலி

காட்டுகிறது. வெண்மையான தயிர்ப் புள்ளிகளையுடைய பானையைத் தலையின் மேல் சும்மாட்டில் வைத்து விற்கச் செல்வாள் ஆயமகள். மோரை விற்றுத் தனக்கு வேண்டிய உணவுப் பொருட்களை வாங்கிவந்து, தன் சுற்றதாரோடு உண்பாள். வெண்ணையிலிருந்து பெற்ற நெய்யை விற்று, பசும்பொன்னைக்கூட வாங்காமல், எருமை யையும் நல்ல பசுவையும், கன்றுகளையும் வாங்கிவருவாள் என்பதை,

> **புகவர்வாய்க் குழிசி பூஞ்சுமட்டு இரீஇ**
> **நாள்மோர் மாறும் நல்மாமேனி**
> **சிறுகுழை துயல்வரும் காதின் பணைத்தோள்**
> **குறுநெறிக் கொண்ட கூந்தல் ஆய்மகள்**
> **அளைவிலை உணவின் கிளைஉடன் அருத்தி**
> **நெய்விலைக் கட்டிப் பசும்பொன் கொள்ளாள்**
> **எருமை நல்ஆன் கருநாகு பெறூஉம்** *(பெரும்.159-165)*

என்ற பெரும்பாணாற்றுப்படைப் பாடலடிகள் விளம்புகின்றன.

முல்லைப் பாடல்களின் வழியே, உப்பு வணிகம் (நற்றி.374), சங்கறுக்கும் தொழில் (அகம்.24), வேட்டைத் தொழில் (அகம்.34), துணி வெளுக்கும் தொழில் (அகம்.34), பூ விற்கும் தொழில் (நற்றி.97) முதலிய தொழில் வகைகளை அறியமுடிகிறது. இவற்றை ஆயர் மேற்கொண்டிருந்தமைக்கான எந்தச் சான்றும் இல்லை.

கருவிகள்

சங்க கால ஆயர் வாழ்வியலில் பல்வேறு கருவிகள் வழக்கி லிருந்ததைச் சங்கப் பாக்கள் மூலம் அறியமுடிகின்றன.

ஆயர்கள் மேற்கொண்ட வேளாண்மையில் பல்வேறு கருவிகளைத் துணைக்கொண்டனர். நிலத்தை உழுவதற்குக் கலப்பையைப் பயன் படுத்தினர் (அகம்.194). உழுத நிலத்தில் விதைப்பதற்கான விதை களைப் பனை ஓலைப் பெட்டிகளில் கொண்டு சென்றனர் (குறு.155). பயிரின் களை நீக்கும்போது களைக்கடி பறையையும், அறுவடையின் போது நெல்லறிப் பறையையும் முழக்கிக் களைப்பில்லாமல் வேலை செய்தனர். புனம் காக்கும்போது பயிரைக் கொய்யவரும் கிளியை விரட்ட, கிளிக்கடி கருவியையும் (குறு.193), பயிரைச் சேதப்படுத்த வரும் பன்றிகளை விரட்ட, குட்டையான தடிகளையும் (ஐங்.421) பயன்படுத்தினர். பன்றிகளை விரட்ட, கொடிய ஊதுகொம்பைப் பயன்படுத்தினர் (அகம்.94). புனத்தில் மழை பெய்யும்போது தாம் நனையாமல் இருக்க பனை ஓலையால் முடையப்பெற்ற குடையை

மேலே கவிழ்த்துக்கொண்டனர் (குறு.221, அகம்.194). கள்ளைப் பனங்குடையில் குழிசெய்து அதில் பெய்துப் பருகினர் (நற்றி.253).

அறுவடை செய்யப்பெற்ற வரகு முதலான பயிர்களைத் திரிக்கத் திரிமரங்கள் இருந்தன (அகம்.224). பயிர்களைச் சேமிக்க வட்டி என்னும் கருவியும் (கலி.109), பெரிய பெரிய குதிர்களும் இருந்தன. கதிர்களைத் திரிமரங்கள் மூலம் திரித்தும் முறத்தினால் புடைத்தும், உரலினால் உமி நீக்கியும்,உலக்கையால் குற்றியும் அரிசியாக்கினர் (அகம்.393).

பூக்களை இட்டு வைக்கக் கடகப்பெட்டியைப் பயன்படுத்தினர் (நற்.97). கற்களால் அடுப்பு மூட்டி களிமண் பானைகளில் உணவு சமைத்தனர் (அகம்.393). வீட்டின் வெளிச்சத்துக்குப் பெரிய பாண்டில் என்னும் விளக்கையும் (ஐங்.405), வீட்டு முற்றத்தில் முயல் உள்ளிட்ட பிற உயிர்கள் நீரருந்த சிறிய சால்களையும் (அகம்.284) வைத்திருந்தனர். இளங்கன்றுகளைக் கட்டுவதற்குச் சிறிய கயிறுகளையும் (கலி.116), கிடாய்களைக் கட்ட நீண்ட கயிறுகளையும் பயன்படுத்தினர். பனை ஓலைத் துண்டங்களால் முடைந்த சிறுபெட்டியையும் வைத்திருந்தனர் (கலி.117).

தயிரையும் மோரையும் கடைவதற்கு மத்தையும் (கலி.110) வெண்ணெய் அளையப்பெற்ற மோரைத் தனியாக வைக்க மண் பானைகளையும், பானையை வைக்க வட்டி என்னும் கூடையையும் (கலி.108), கூடையைச் சுமக்க துணியால் சுற்றப்பெற்ற சும்மாட்டையும் (கலி.109) பயன்படுத்தினர்.

நிரைமேய்க்கும் ஆயர்கள் நீண்ட கோலையும், கவடு போன்ற கோலையும் வைத்திருந்தனர் (அகம்.264). அவை நிரைகளை மேய்ப் பதற்கும் கட்டுப்படுத்துவதற்கும் உதவின. மேலும் அவற்றிற்குத் தேவையான இலை தழைகளை வெட்டித்தர கோடரியையும் வைத் திருந்தனர்.

மேய்புலத்தில் தங்களுக்கான உணவுகளை எடுத்துச்செல்ல மூங்கில் குழாய்களைப் பயன்படுத்தினர். அம்மூங்கில் குழாய்களை எருதுகளின் கழுத்தில் கட்டியிருந்தனர் (அகம்.311). ஆட்டினங்களுக்கும் (நற்றி.321), பசுவினங்களுக்கும் (நற்றி.364, குறு.275), எருமை யினத்துக்கும் (குறு.279), காளையினத்துக்கும் (அகம்.214) கழுத்தில் மணிகளைக் கட்டியிருந்தனர். அம்மணிகள் எப்போதும் அசைந்து ஒலி எழுப்பிக்கொண்டே இருந்தன. ஆயர்கள் உணவினைத் தேக்கு

இலையிலும் (அகம்.311) உண்கலத்திலும் உண்டனர். விருந்தினர்களுக்கும் அவற்றிலேயே பரிமாறினர் (அகம்.315).

நீர் வற்றிய பகுதிகளில் நிரைகளின் வேட்கையைத் தணிப்பதற்காகக் கணிச்சி என்னும் குந்தாலியினால் குழிதோண்டி நீர் ஊறச்செய்தனர். வழி தவறிச் செல்லும் நிரைகளைத் தடுத்து நிறுத்த ஊதுகொம்பைப் பயன்படுத்தினர் (அகம்.399).

இடையர்கள் காலில் செருப்பு அணிந்திருந்தனர். செருப்பு அணிந்திருந்ததற்கான தழும்பு காலில் இருந்தது (பெரும்.169). கையில் எப்போதும் தீக்கடை கோல் வைத்திருந்தனர் (நற்றி.147). அதன் மூலம் குளிர்காய்வதற்குத் தீ மூட்டிக்கொண்டனர் (அகம்.274). ஆட்டுக்குட்டிகளைப் பிடிக்க குள்ளநரிகளை விரட்ட, கொள்ளிக் கட்டைகளைப் பயன்படுத்தினர் (அகம்.94). இந்தத் தீக்கடைக்கோல் முதலான கருவிகளை வைப்பதற்குத் தோல் பையை வைத்திருந்தனர். இப்பையை ஒரு பக்கமும் பனைஓலைப் பாயை மறுபக்கமும் கொண்ட உரியைச் செல்லும் இடமெல்லாம் சுமந்து சென்றனர் (நற்றி.142). உரியில் சோற்றுப்பானையையும் தோல் படுக்கையையும் கட்டி வைத்திருந்தனர் (அகம்.274). இரவு நேரங்களில் செல்லும்போது முதுகில் ஓலைப் பாயைச் சுமந்து சென்றனர் (அகம்.94). இப்பாயைப் படுக்கை விரிப்பாகப் பயன்படுத்தினர். ஆட்டுத்தோலும் படுக்கை விரிப்பாகப் பயன்பட்டது (பெரும்.150-151).

இசைக்கருவிகள்

ஆயர்கள் வில் யாழ் இசைத்தனர். குமிழ மரத்தில் உள்ள துளையுடைய கொம்பை வளைத்து அதில் மரல் மரத்திறை கயிறை நரம்பாகக் கொண்டு வில் யாழினை உருவாக்கினர். இந்த யாழில் குறிஞ்சிப்பண் இசைத்தனர் (பெரும்.182).

ஆயர்கள் கையில் எப்போதும் குழல் வைத்திருந்தனர். அக்குழல் ஆம்பல், கொன்றை, மூங்கில் கொம்புகளால் உருவாக்கப்பட்டதாகும். மூங்கிலில் தீக்கடைக் கோலால் தீ உண்டாக்கி அதில் துளையிட்டுக் குழலூதிப் பாலைப் பண்ணை இசைத்தனர். மாலையில் பசுக்களோடு ஊர்த்திரும்பும்போது குழலூதினர் (நற்றி. 69,371, அகம்.214). பசுக்கூட்டத்தை ஒழுங்குப்படுத்தவும் குழலூதினர் (நற்றி.364).

பண்டமாற்று

ஆயர்களிடையே பண்டமாற்று வணிகமுறை இருந்ததை முல்லைப் பாடல்கள் மூலம் அறியமுடிகிறது. பால், தயிர், மோர், வெண்ணெய்

முதலிய பால்படுபொருட்கள் அவர்களது இல்லங்களில் எப்போதும் நிறைந்திருக்கும். ஆகையால், அதனைப் பிற நிலத்தாரிடம் கொடுத்து அதற்கு ஈடாக, நெல் முதலிய உணவுப்பொருட்களும் ஆநிரைகளையும் பெற்றுவந்தனர்.

வயலில் கிடை அமைத்திருக்கும் ஆட்டிடையர்கள், ஆட்டின் பாலைச் சேகரித்து, அருகில் உள்ள ஊர்ப்புறங்களில் விற்று, அதற்கு ஈடாக உணவுப் பொருட்களைப் பெற்றுவந்ததை,

> பாலொடு வந்து கூழொடு பெயரும்
> ஆடுடை இடைமகன்   (குறு.221:3-4)

என்ற குறுந்தொகை பாடலடிகள் தெரிவிக்கின்றன.

முல்லை நிலம் அடுத்த மருத நிலப்பகுதிகளில் நெல் மிகுதியாகக் கிடைக்குமாகையால் அங்கு வட்டிலோடு சென்று மோர்விற்று, ஆயர்கள் நெல் பெற்றதை முல்லைக்கலியின் மூலம் அறியமுடிகிறது (கலி.109:13-14).

தயிர் கடைந்த வெண்ணெய்யில் இருந்து பெற்ற நெய்யை விற்று, பசும்பொன்னைக்கூடப் பெறுவர். ஆயினும், பெரும்பாணாற்றுப் படை சுட்டும் ஆய்ச்சியோ, தம் இனத்தார்க்குப் பொன்னாகத் திகழும் எருமை, பசு, கன்றுகளைப் பெற்றுச் செல்வாள் என்பதை,

> நெய்விலைக் கட்டிப் பசும்பொன் கொள்ளாள்
> எருமை நல்ஆன் கருநாகு பெறூஉம்   (பெரும்.164-165)

என்று குறிப்பிடுகிறது. இதன் மூலம் பிற நிலத்தாரோடு கொண்டிருந்த பண்டமாற்று உறவு மூலம் தம்முடைய பொருளாதாரத் தேவைகளை ஆயர்கள் நிறைவேற்றிக்கொண்டதை அறியமுடிகிறது.

விருந்தோம்பல்

ஆயர்களின் சிறந்த விருந்தோம்பல் பண்பினைச் சங்க இலக்கிய முல்லைப் பாடல்கள் புலப்படுத்துகின்றன. ஆயர்கள் விருந்தினை எதிர்நோக்கிக் காத்திருப்பவர்களாகவும் (நற்றி.221), இரவில் விருந்து வரினும் மகிழ்வொடு வரவேற்பவர்களாகவும் (நற்றி.142), திகழ்ந்தனர்.

விருந்தாக வருவோர்க்குச் சோற்றோடு, பசுவின் பாலைச் சேர்த்து உண்ணத் தந்தனர் (அகம்.393). விருந்தாக இடையர்களின் குடிசைக்குச் சென்றால், நண்டுகளின் சிறு பார்ப்பினைப் போன்ற சோற்றைப் பாலுடன் பெறலாம் என்பதை,

இருங்கிளை ஞெண்டின் சிறுபார்ப்பு அன்ன
பசுந்தினை மூரல் பாலொடு பெறுகுவீர் (பெரும்.167-168)

என்றும், பூளைப்பூ போன்ற வரகு சோற்றை அவரைப் பருப்புடன் பெறலாம் என்பதை,

குறுந்தாள் வரகின் குறள் அவிழ்ச் சொன்றி
புகர்இனர் வேங்கை வீ கண்டன்ன
அவரைவான் புழுக்குஅட்டி, பயில்வுற்று
இன்சுவை மூரல் பெறுகுவீர் (பெரும்.192-196)

என்றும் பெரும்பாணாற்றுப்படை குறிப்பிடுகிறது.

வழிப்போக்கருக்குக் கிடைமாட்டுத் தயிர் தந்து விருந்தோம்பும் ஆயர், உ.வாடிப்பட்டி, மதுரை

ஆட்டிடையர் வீடுகளில் இரவு நேரத்தில் சென்றாலும்கூட, பாலும் பாற்சோறும் வெண்ணெயுடன் பெறலாம் என்பதை,

பல்யாட்டு இனநிரை எல்லினிர் புகினே
பாலும் மிதவையும் பண்ணாது பெறுகுவீர் (மலை.416-417)

என்றும், பகலில் பயணம் செய்த வருத்தம் நீங்க, புல்லால் வேயப் பட்ட இடையர் வீடுகளில் மூங்கில் அரிசிச் சோற்றுடன் நெல்லரிசி விரவப்பெற்ற சோற்றை அவரை விதையோடு புளியைக் கரைத்து செய்த புளிங்கூழையும் பெறலாம் என்பதை,

செவ்வீ வேங்கைப் பூவின் அன்ன
வேய்கொள் அரிசி மிதவை சொரிந்த
சுவல்விளை நெல்லின் அவரையம் புளிங்கூழ்

அதற்குஇடை உழந்தறும் வருத்தம் வீட
அகலுள் ஆங்கண் கழிமிடைந்து இயற்றிய
புல்வேய் இரம்பைக் குடிதொறும் பெறுகுவீர் (மலை.440-443)

என்றும் மலைப்படுகடாம் குறிப்பிடுகிறது.

ஆநிரை மேய்க்கும் ஆயர்கள், மேய்புலத்தில் பசியோடு எதிர் படும் வழிப்போக்கர்களுக்குத் தம்க்காக இளைய எருதுகளின் கழுத்தில் மூங்கில் குழாய்களில் அடைத்துக்கொண்டு வந்திருக்கும் உணவைத் தேக்கிலையில் பகிர்ந்து உண்ணச்செய்து, அவர்களது பசிக்களைப்பினால் உண்டான காதடைப்பைப் போக்கும் நற்பண்பை,

வருவழி வம்பலர்ப் பேணி காவலர்
மழவிடைப் பூட்டிய குழாஅய்த் தீம்புளி
செவிஅடை தீரத் தேக்கிலைப் பகுக்கும் (அகம்.311:15-17)

என்ற அகநானூற்றுப்பாடலடிகள் பறைசாற்றுகின்றன.

இவ்வாறு, ஆயர்கள் விருந்தோம்பல் பண்பில் சிறந்து விளங்கி யதைச் சங்க இலக்கியப் பாடல்கள் விதந்தோதுகின்றன.

நம்பிக்கைகள்

சங்க இலக்கிய ஆயர் வாழ்வில், பல்வேறு நம்பிக்கைகளை முல்லைப் பாடல்கள் பதிவுசெய்துள்ளன. குழலோசை கேட்டல், இடக்கண் துடித்தல், பல்லியொலி, காக்கை கரைதல், தலைமாலை விழுதல், கிளிமொழி கேட்டல், நற்சொல் கேட்டல், மகனைப் பெறுதல், கோடிட்டு நாட்களை எண்ணுதல் போன்ற பல தகவல்களை முல்லைப் பாடல்கள் வழியே அறியமுடிகின்றன.

நன்னிமித்தங்கள்

மாலை நேரத்தில் ஆயர்கள் ஊதும் குழலோசையானது, மாலை சூட்டி மணந்துகொள்ளும் கணவனைத் தரும் நன்னிமித்தமாக மகளிர் கருதினர் (கலி.101). தன்னுடைய இடக்கண் மட்டும் துடிப்பதால், தான் விரும்பும் ஆயமகனையே தாம் மணக்கப்போவதாக ஆயமகள் கருதினாள் (கலி.101). காதலர்கள், பூக்கள் நிறைந்த சோலையில் மகிழ்ந்து விளையாடுவதற்கான நிமித்தங்களைப் பார்த்திருந்தனர் என்கிறது முல்லைக்கலி (குறு.101).

பல்லியொலி கேட்டல்

பிரிந்து சென்றிருக்கும் தன் கணவனின் வரவை எதிர்பார்த் திருந்தவளுக்கு, தம் வீட்டுச் சுவரில் வாழும் பல்லி எழுப்பிய ஒலி, அவன் விரைந்து வருவான் என்ற நம்பிக்கையை ஊட்டும் நிமித்தமாக இருந்தது என்பதை,

> **வருவம் என்னும் பருவரல் தீரப்**
> **படுங்கொல் வாழி நெடுஞ்சுவர் பல்லி** *(நற்றி.169:2-3)*

என்ற நற்றிணை அடிகள் இயம்புகின்றன.

காக்கை கரைதல்

விருந்தினைக் காக்கைகள் அறிவிக்கும் என்பது நெடுநாளைய நம்பிக்கையாகும். தன்னுடைய வரவைத் தலைவிக்கு, காக்கைகள் அறிவிக்கும் என்று தலைவன் எண்ணுவதை,

> **...ஈண்டுநம் வரவினைப்**
> **புள்அறி வுறீஇயின கொல்லோ...** *(நற்றி.161:9-8)*

என்ற நற்றிணை அடிகள் புலப்படுத்துகின்றன. விருந்தினர் வருவர் என்று உணர்ந்த காக்கைகள், உரியர் வீட்டில் கரைந்து, அவ்வரவை அறிவித்தன என்று குறுந்தொகைப் பாடல் சுட்டுகிறது (குறு.210). விருந்து வரும் என்ற நல்ல செய்தியைச் சொல்வதற்குப் பலியுணவாக, இடையர்களின் பல பசுக்கள் தந்த நெய்யுடன் தொண்டி நகரில் விளைந்த வெண்நெல்லைக் கொண்டு சமைத்த சோற்றை, ஏழு கலங்களில் பெறத் தகுதியாயின என்பதை,

> **திண்தேர் நள்ளி கானத்து அண்டர்**
> **பல்ஆ பயந்த நெய்யின் தொண்டி**
> **முழுதுடன் விளைந்த வெண்ணெல் வெஞ்சோறு**
> **எழுகலத்து ஏந்தினும் சிறிதுஎன் தோழி** *(குறு.210:1-4)*

என்ற குறுந்தொகைப் பாடலடிகள் அறிவுறுத்துகின்றன.

கிளிமொழி கேட்டல்

தலைவன் பிரிந்திருந்த காலத்தில் அவன் வரவைக் கிளிக்குப் பயிற்றுவித்து, அதை திரும்பத்திரும்பக் கூறுமாறு செய்து, அதையே நன்னித்தமாகக் கொண்டு தலைவன் வரவை எதிர்பார்த்திருந்ததை,

செந்தார்ப் பைங்கிளி முன்கை ஏந்தி
இன்றுவரல் உரைமோ சென்றிசினோர் திறத்துஎன
இல்லவர் அறிதல் அஞ்சி மெல்லென
மழலை இன்சொல் பயிற்றும்
நாணுடை அரிவை மாண்நலம் பெறவே *(அகம்.34:14-18)*

என்ற அகநானூற்றடிகள் தெரிவிக்கின்றன.

நற்சொல்

சிறிய கயிற்றால் கட்டப்பட்டிருந்த இளங்கன்றுகள் தம் தாயர் வரவைப் பசியால் வருந்தியபடி எதிர்பார்த்திருந்தைக் கண்ட ஆய மகள், 'உன் தாயர் வருகுவர்' என்று கூறுகிறாள். நற்சொல்லை எதிர் பார்த்திருந்த வயதான பெண்கள், ஆயமகள் கூறிய, 'வருகுவர்' என்ற நற்சொல்லைப் பெற்று அகமகிழ்ந்தனர் என்பதை,

சிறுதாம்பு தொடுத்த பசலைக் கன்றின்
உறுதுயர் அலமரல் நோக்கி ஆய்மகள்
நடுங்குசுவல் அசைத்த கையள் கைய
கொடுங்கோல் கோவலர் பின்னின்று உய்த்தர
இன்னே வருகுவர் தாயர் என்போள்
நன்னர் நன்மொழி கேட்டனம் *(முல்லை.12-17)*

என்ற முல்லைப்பாட்டு அடிகள் தெரிவிக்கின்றன. இங்கு எதிர்பாராமல் கேட்கும் நல்ல சொற்கள் நன்னிமித்தமாக எடுத்துக்கொள்ளப்பட்டன என்பது புலனாகிறது.

தலைமாலை விழுதல்

ஏறுதழுவும்போது காளையைத் தழுவும் பொதுவன் ஒருவன் சூடியிருந்த தலைமாலை தூக்கி வீசப்பட்டதில், அது ஆயமகள் ஒருத்தித் தலையில் விழுந்தது. இதனையே நன்னிமித்தமாகக் கொண்டு காளையை வென்று, அவ்வாயமகளின் மனதையும் வென்ற அப்பொதுவனுக்கே அவளது பெற்றோர்கள் மணமுடிக்க முடிவு செய்தனர் என்ற செய்தியை,

மண்ணிமா சற்றநின் கூழையுள் ஏறுஅவன்
கண்ணிதந் திட்டது எனக்கேட்டுத் திண்ணிதாத்
தெய்வம்மால் காட்டிற்று இவட்கென, நின்னைஅப்
பொய்யில் பொதுவற்கு அடைசூழ்ந்தார் தந்தையோடு
ஐயன்மா ரெல்லாம் ஒருங்கு *(கலி.107:31-34)*

என்ற முல்லைக்கலி அடிகள் எடுத்துக்காட்டுகின்றன. இங்கு எதிர் பாராமல் விழுந்த தலைமாலை, அதற்குரியவனையே பெற்றுத்தரும் நிமித்தமாக அமைந்ததை அறிகிறோம்.

மறுமைக்கு மகன்

ஆண் மகனைப் பெறுவது மறுமையில் நலம் பயக்கும் என்றும், குடி தொடர்வதற்கு மகனே காரணம் என்றும் ஆயர்களிடையே ஒரு நம்பிக்கையிருந்ததை,

> **நெடுந்தகை**
> **துனிதீர் கொள்கைத்தன் புதல்வனொடு பொலிந்தே** *(ஐங்.408:3-4)*

என்ற ஐங்குறுநூற்றுப் பாடலடிகள் குறிப்பிடுகின்றன.

கோடிட்டெண்ணல்

ஆயர்கள், நாட்களை எண்ணுவதற்கு வீட்டுச் சுவற்றில் கோடுகள் இடுவதை,

> **...ஆய்கோடு இட்டுச்**
> **சுவர்வாய் பற்றும்நின் படர்சேண் நீங்க** *(குறு.358:2-3)*

என்ற குறுந்தொகை அடிகள் தெரிவிக்கின்றன.

வழிபாடு

சங்க இலக்கிய ஆயர்கள் ஊர்த்தெய்வ வழிபாட்டையும் பெருந் தெய்வ வழிபாட்டையும் கொண்டிருந்தனர்.

ஊர்த்தெய்வ வழிபாடுகள்

பெண் எருமையின் கொம்பை மணல் பரப்பப்பட்ட தம் வீட்டு முற்றத்தில் நட்டு வைத்து ஆயர்கள் வழிபட்டதை,

> **தருமணல் தாழப்பெய்து இல்பூவல் ஊட்டி**
> **எருமைப் பெடையோடு எமர்ஈங்கு அயரும்** *(கலி.114:12-13)*

என்ற முல்லைக்கலி அடிகள் புலப்படுத்துகின்றன.

மேலும், பல்வேறு ஊர் தேவதைகளை வழிபட்டதாகவும் தெரி கிறது. ஆயரின இளைஞர்கள் ஏறுதழுவும்போது, தாம் வெற்றிபெற வேண்டி மராமரம், ஆலமரம், நீர்த்துறைகளில் உறைந்திருக்கும் முது பெரும் தெய்வங்களை வணங்கி, ஏறுதழுவத் தொழுப் புகுந்ததை,

துறையும் ஆலமும் தொல்வலி மராஅமும்
முறையுளி பராஅயப் பாய்ந்தனர் தொழூஉ

(கலி.101:13-14)

என்ற அடிகள் உணர்த்துகின்றன. இத்தகைய தெய்வங்கட்கு உயிர்ப் பலி கொடுப்பதும் உண்டு. ஏறுதழுவும்போது ஏறுகளின் கொம்புகளில் சுற்றிக்கொள்ளும் வீரர்களின் குடல்களைப் பருந்துகள் கொத்திச் செல்கையில், அவற்றின் வாயிலிருந்து தவறி, ஆலமரம், கடம்பமரம் போன்ற தெய்வங்கள் உறையும் மரங்களின் கிளைகளில் மாலைபோல விழுந்துகிடக்கின்ற காட்சி, அத்தெய்வங்களுக்கு அணி செய்ததைப் போலக் காட்சியளித்தது என்பதை,

ஏறுதம் கோலம்செய் மருப்பினால் தோண்டிய வரிக்குடர்
ஞாலக்கொண்டு எழூஉம் பருந்தின் வாய்வழீஇ
ஆலும் கடம்பும் அணிமான் விலங்கிட்ட
மாலைபோல் தூங்கும் சினை

(கலி.106:26-29)

என்ற பாடலடிகள் மூலம் அறியமுடிகிறது.

மால் வழிபாடு

மாயோன் (மால்), முல்லை நிலத்துக் கடவுளாவான். மாயோன் என்னும் சொல்லுக்குக் கருநிறமுடையவன் என்பதும் மால் என்னும் சொல்லுக்குக் கருமை என்பதும் பொருளாகும். முல்லை நிலத்து ஆயர்கள் பசிய கடலினையும், நீல வானத்தையும் கருநீலநிற காயாம்பூத் தொகுதிகளையும் பரந்திருக்கும் பிற வண்ணங்களையும் வனப்புகளையும் கண்டு அவற்றின் சாராம்சத்தை மாயோன் எனப் போற்றினர் என்கிறார் க.த.திருநாவுக்கரசு.[17]

பெரும்பான்மை முல்லைத்திணைப் பாடல்கள், மாயோன் பற்றியும் மால் வழிபாடு குறித்தும் பேசவில்லை. முல்லைக்கலி பாடல்களும், முல்லைப் பாட்டும், பரிபாடலுமே மாயோன் பற்றி விவரிக்கின்றன.

மாயோனின் உருத்தோற்றம்

மாயோனின் தோற்றம் குறித்து, பரிபாடல், அகநானூறு (59), நற்றிணை (32), புறநானூறு (57), முல்லைப்பாட்டு, முல்லைக்கலி பாடல்கள் பல குறிப்புகளைத் தருகின்றன.

> மாயோன் அன்ன மால்வரைக் கவாஅன்　　(நற்றி.32)

என்று நற்றிணையும்,

> வல்லார் ஆயினும் வல்லுநர் ஆயினும்
> புகழ்தல் உற்றோர்க்கு மாயோன் அன்ன　　(புறம்.57)

என்று புறநானூறும் மாயோனின் தோற்றம், குணம் குறித்து இயம்பு கின்றன. மேலும், மாயோன் இந்நிலவுலகத்தை வளைத்தவன் என்றும், ஒரு கையில் சக்கரத்தையும் மறு கையில் வலம்புரி சங்கையும் கொண்டு, மார்பில் திருமகளைத் தாங்கியிருப்பான் என்று மாயோன் குறித்த காட்சிப்படுத்தலை,

> நனந்தலை உலகம் வளைஇ நேமியொடு
> வலம்புரி பொறித்த மாதாங்கு தடக்கை　　(முல்லை.1-2)

என்ற முல்லைப்பாட்டு அடிகள் புலப்படுத்துகின்றன.

மாயோனின் தோற்றம் குறித்து பரிபாடல் பாடல்கள், மாயவன் நீல நிறத்தையுடையவன் என்றும் (பரி.1,3,4,13,15,104), பொன்னிற ஆடையை உடுத்தியிருப்பான் என்றும் (பரி.3,13,15), கௌத்துவமணி, பொன்மாலை, நித்திலமதாணி, தொடி, வாகுவலயம், குழை முதலான அணிகலன்களையும் (பரி.1,2,13,15), கழுத்தில் துளசி மாலையையும் அணிந்திருப்பான் என்றும் (பரி.4), தனக்கெனக் கருடக்கொடியையும் (பரி.13), சங்கு, சக்கரம், வில், தண்டு, வாள் என்னும் ஐம்படையையும் (பரி.5) கொண்டிருப்பான் என்றும், கருடப்பறவையை வாகனமாகவும் (பரி.3) பாம்பினைப் படுக்கையாகவும் கொண்டிருப்பான் (க.105) என்றும் காட்சிப்படுத்துகின்றன.

மாயோனின் விளையாட்டுக் குறித்து,

> ...வடாஅது
> வண்புனல் தொழுநை வார்மணல் அகன்துறை
> அண்டர்மகளிர் தண்தழை உடீஇயர்
> மரம்செல மிதித்த மாஅல் போல　　(அகம்.59)

என்ற அடிகளில், வடதிசையிலுள்ள யமுனை ஆற்றங்கரையில் நீராடும் அண்டர் மகளிரின் ஆடையை ஒளித்து வைத்துக்கொண்டு அப்பெண்கள் இறைஞ்சிக் கேட்க, குருந்த மரத்தின் கிளையைத் தாழ்த்தி, அதன் தழைகளை ஆடையாக உடுத்துவித்து, மாயோன் நிகழ்த்திய விளையாட்டை அகநானூற்றுப் பாடலொன்று விவரிக் கிறது.

முல்லைக்கலியில் மாயோன்

முல்லைக்கலி பாடல்களில் மாயோன், ‘நேமித்திருமறு மார்பன்’ *(கலி.104:9)* என்றும், ‘நீல்நிற வண்ணன்’ *(கலி.104:38)* என்றும், ‘நேமியான்’ *(கலி.105:9)* என்றும் ‘செல்வன்’ *(கலி.108:55)* என்றும் குறிப்பிடப்படுகிறான். மாயோன் தொடர்பானதாகக் கூறப்படும் புராணக் கதைகளும் முல்லைக்கலி பாடல்களில் இடம்பெற்றுள்ளன.

> **மேவார் விடுத்தந்த கூந்தற் குதிரையை**
> **வாய்பகுத் திட்டுப் புடைத்த ஞான்று இன்னன்கொல்**
> **மாயோன் என்று...** *(கலி.103:53-55)*

என்ற அடிகள் மூலம், பகைவர் தன்னைக் கொல்லுமாறு விடுத்த குதிரையை, அதன் வாயைப் பிளந்து மாயோன், அடித்துக்கொன்ற செய்தியும்,

> **பால்மதி சேர்ந்த அரவினைப் கோள்விடுக்கும்**
> **நீல்நிற வண்ணனும்** *(கலி.104:37-38)*

என்ற அடிகள் மூலம் சந்திரனைக் கேது என்ற பாம்பு பிடிக்க முற்படும் போது, அப்பிடியினின்று, சந்திரனை விடுவித்த மாயோனின் செய்தியும் புராண உவமைகளாக ஆளப்பட்டுள்ளன.

மாயோன் வழிபாடு

மாயோனை, வண்டுகள் ஒலிக்கும் முல்லைக்காட்டில் *(கலி.106:48)*, குரவையாடியும் *(கலி.103:75)*, திருவடியைத் தலையால் வணங்கியும் *(கலி.108:55)*, நெல், முல்லைமலர் கலவையைத் தூவியும் *(முல்லை.9-11)* வழிபடுவர். மாயோனின் மகனாகச் சொல்லப்படும் காமனுக்குக் கோயில் இருந்ததை முல்லைக்கலி உறுதிசெய்கிறது. மேலும், அக்காமன் மலரம்புகளைக் கொண்டிருப்பான் என்ற தகவலையும் அறியமுடிகிறது *(கலி.109:17-20)*.

பிற தெய்வங்கள்

முல்லைக்கலி பாடல்களில் பலதேவன், முருகன், சிவன், எமன், இந்திரன், பிரம்மன் போன்ற தெய்வங்களின் புராணக் கதைகளும் இடம்பெற்றுள்ளன.

பலதேவன்

மாயோனுக்கு அண்ணனாகக் கூறப்படும் பலதேவன், ‘பால்நிற வண்ணன்’ *(கலி.104:9)* என்றும், ‘ஒரு குழையவன் மார்பன்’

(கலி.105:11) என்றும் குறிப்பிடப்படுகிறான். பேரொளியும் புகழும் உடைய பனைக்கொடியையும், சிவப்பு மாலையையும் அணிந்தவன் பலராமன் என்று,

வானுற ஓங்கிய வயங்குஒளிர் பனைக்கொடி   (கலி.104:8)

ஒருகுழை யவன்மார்பில் ஒண்தார் போல்   (கலி.105:11)

என்ற பாடலடிகள் குறிப்பிடுகின்றன.

முருகன்

'வேல் வல்லான்' என்று குறிப்பிடப்படும் முருகன்,

வேல்வலான் உடைத்தாழ்ந்த விளங்கு வெண்துகில் (கலி.105:17-18)

அதாவது, வெண்ணிற ஆடையை அணிந்தவன் என்று காட்சிப் படுத்தப்படுகிறான்.

மாகடல் கலக்குற மாகொன்ற மடங்காப்போர்
வேல் வல்லான்   (கலி.104:13-14)

என்ற அடிகள் மூலம், கடல் கலங்க மாமர உருவம் கொண்ட சூரபதுமனை முருகன் கொன்ற புராண நிகழ்ச்சி குறிப்பிடப்பட்டுள்ளது.

சிவபெருமான்

சிவபெருமான், 'சீறரு முன்பினோன்' (கலி.101:7) என்றும், 'அந்திப் பசுங்கண் கடவுள்' (கலி.101:24) என்றும், 'கொலைவன்' (கலி.102:15) என்றும் குறிப்பிடப்பட்டுள்ளார். யாராலும் சினந்து வெல்ல முடியாத மழுவினையுடைய சிவபெருமானது சிறப்பை,

சீறரு முன்பினோன் கணிச்சி   (கலி.101:7)

என்ற அடி புலப்படுத்துகிறது. மேலும், அவன் ஊழிக்கால முடிவு வரை உயிர்களை இடம்பெயர்வித்த எருமை ஊர்தியையுடைய எமனின் நெஞ்சைப் பிளந்து, கொன்று, குடலைப் பேய்களுக்கு இட்டான் என்பதை,

படரணி அந்திப் பசுங்கண் கடவுளட
இடரிய ஏற்றெருமை நெஞ்சு இடந்திட்டுக்
குடர்கூளிக்கு ஆர்த்துவான்   (கலி.101:24-26)

என்ற அடிகளும், எமனின் நெஞ்சைத் தன் கால் நகத்தால் கிழித்து, பிளந்து கொன்றதை,

ஏற்றுஎருமை நெஞ்சம் வடிம்பின் இடந்திட்டுச்
சீற்றமோடு ஆருயிர் கொண்ட

(கலி.103:43-44)

என்ற அடிகளும் புலப்படுத்துகின்றன.

கொலைவன் சூடிய குழவித் திங்கள்

(கலி.102:15)

மிக்குஒளிர் தாழ்சடை மேவரும் பிறைநுதல்
முக்கண்ணான் உருவு

(கலி.104:11-12)

ஆகிய அடிகள், அழித்தற்கடவுளாகிய சிவன், இளம்பிறையைத் தலையில் சூடியவன் என்றும், ஒளிவிளங்கும் சடை முடியையும் பிறை சூடிய நெற்றியையும் மூன்று கண்களையும் உடையவன் என்றும் குறிப்பிடுகின்றன.

எமன் / காலன்

உயிர்த்தேயும்போது, தொடர்ந்து சென்று அதை எமன், வதைத்துப் பறிப்பான் என்றும் (க.105:37-38), ஊழிக்கால முடிவில் உயிரினங்கள் ஒன்றன்பின் ஒன்றாக இறக்கும்போது அவற்றின் உயிரைக் கொல் வதற்காக ஊழித்தீயும், மழுப்படையும், காலனும் எமனும் ஒன்றுசேர்ந்து சுழன்று வரும் என்பதை,

மடங்கலும் கணிச்சியும் காலனும் கூற்றும்
தொடர்ந்துசெல் அமையத்துத் துவன்றுஉயிர் உணீஇய
உடங்குகொட் பனபோல்

(கலி.105:20-24)

என்ற அடிகள் உணர்த்துகின்றன.

பிரம்மன்

ஊழி முடிவில் மீண்டும் நிலவுலகத்தைப் படைப்பதற்குப் பிரம்மன், நீர்ப்பரப்பை, நிலப்பரப்பிலிருந்து பிரிப்பான் என்பதை,

உருகெழு மாநிலம் இயற்றுவான்
விரிதிரை நீக்குவான் வியன்குறிப்பு

(கலி.106:8-19)

என்ற அடிகள் விளம்புகின்றன.

இந்திரன்

இந்திரன் வச்சிரப்படை ஏந்தியவன் என்றும், ஆயிரம் கண்களை யுடைவன் என்றும் முல்லைக்கலி தெரிவிக்கிறது. *(கலி.105:15-16)*

மகாபாரதச் செய்திகள்

சூதாட்டத்தில் இழக்கப்பெற்ற திரௌபதியின் கூந்தலைப் பற்றி யிழுத்த துச்சாதனனைப் பாரதப் போரில் பகைவர் நடுவே, நெஞ்சைப் பிளந்து, வீமன் பழிதீர்த்த செய்தியை,

அம்சீர் அசையியல் கூந்தற்கை நீட்டியான்
நெஞ்சம் பிளந்திட்டு நேரார் நடுவண்தன்
வஞ்சினம் வாய்த்தாலும் *(கலி.101:18-20)*

என்ற அடிகள் தெரிவிக்கின்றன.

துரோணரைக் கொன்ற சிகண்டியை, அவரது மகன் அசுவத்தாமன் நல்லிருளில் போரிட்டு வென்று தலையைத் திருகிக் கொன்ற செய்தியை,

ஆரிருள் என்னான் அருங்கங்குல் வந்துதன்
தாளின் கடந்துஅட்டுத் தந்தையைக் கொன்றானைத்
தோளின் திருகுவான் போன்ம் *(கலி.101:30-33)*

என்ற அடிகள் புலப்படுத்துகின்றன.

பாரதப்போரில், கௌரவர்கள் நூறு பேரும் பாண்டவர்களது வில்லுக்கு வீழ்ந்ததை,

புரிபுமேற் சென்ற நூற்றுவர் மடங்க
வரிபுனை வல்வில் ஐவர் அட்ட
பொருகளம் போலும் *(கலி.104:57-59)*

என்ற அடிகள் தெரிவிக்கின்றன.

மேற்கண்ட புராண உவமைகள் யாவும், ஏறுதழுவலின்போது காளைகளுக்கும், வீரர்களுக்கும், வீரர்கள் காளைகளோடு பொருதும் களத்துக்கும் உவமையாகக் கூறப்பட்டுள்ளன.

திருமணம்

ஆயமகளிர் ஏறுதழுவியவரையே மணப்பர் *(கலி.111:21)*. திருமணம் இருவீட்டார் உடன்பாட்டின்படியே நடைபெறும். ஆய

மகளிரைப் பொருள் கொடுத்து, ஆய இளைஞர்கள் மணமுடித்தனர். கொடிய காளையின் கொம்புகளுக்கிடையில் பாய்ந்து, அடக்கு பவர்க்கு, அக்காளைக்குரிய பெண்ணின் உறவினர்கள், விலையேதும் பெறாமல் திருமணம் செய்விப்பர் என்பதை,

> விலைவேண்டார் எம்இனத்து ஆயர்மகளிர்
> கொலையேற்றுக் கோட்டிடைத் தாம்வீழ்வார் மார்பின்
> முலையிடைப் போலப் புகின்   (கலி.103:71-73)

என்று முல்லைக்கலி குறிப்பிடுகிறது. ஆயமகளின் மனத்துக்குகந்தவர்களே ஏறுதழுவலில் வெற்றி பெறுவாராதலின், ஏறுதழுவல் முடிவில் திருமண முரசின் ஓசை விடாது ஒலித்தபடியே இருக்கும் (கலி.102). திருமணம் செய்வதாக முடிவுசெய்தல் வரைவு என்றும், திருமணச் சடங்கு திருமணம், வதுவை என்றும் கூறப்பட்டன (கலி.115).

திருமண ஏற்பாடுகள்

திருமணத்தைப் பெண்வீட்டார் நிகழ்த்தினர். வீட்டு முற்றத்திலே திருமணம் நடைபெற்றது. அந்நன்னாளில் முற்றம் முழுக்க மணல் பரப்புவர். வீட்டை நன்கு அலங்கரித்து, சுவர்களுக்குச் செம்மண் பூசுவர். மணல் பரப்பப்பட்ட முற்றத்தில் பெண் எருமையின் கொம்பை நட்டுவைத்து வழிபட்டு மணவாழ்வைத் தொடங்குவர். இதை,

> தருமணல் தாழப்பெய்து இல்பூவல் ஊட்டி
> எருமைப் பெடையொடு எமர்ஈங்கு அயரும்
> பெருமணம் எல்லாம் தனித்தே ஒழிய   (கலி.114:12-14)

என்று முல்லைக்கலி குறிப்பிடுகிறது. மேலும், முற்றத்தில் திரை யிட்டும் மணம் செய்வித்தனர் என்பதை,

> வரைப்பில் மணல்தாழ பெய்து திரைப்பில்
> வதுவையும் ஈங்கே அயர்ப   (கலி.115:19-20)

என்ற அடிகள் மூலம் அறியமுடிகிறது. ஆயர்களின் திருமணம் இவ்வாறே நடைபெற்றது. இதுகுறித்து மேற்கண்ட சான்றுகளே சங்க இலக்கியங்களில் இடம்பெற்றுள்ளன. மேற்படி தகவல்கள் எதுவு மில்லை.

விளையாட்டு

சங்க கால ஆயர்களுக்கிடையே இருந்த விளையாட்டு முறைகளுள் சிலவற்றை முல்லைத்திணைப் பாடல்களில் காணமுடிகின்றன.

கழங்காடல், சிற்றில் இழைத்தல், நீராடல், ஏறுதழுவல் போன்றவை அவர்தம் விளையாட்டு வகைகளுள் சிலவாகும்.

கழங்காடல்

கழங்காடல், மகளிர் விளையாட்டாகும். இதில் பயன்படும் கழங்குக்காய்கள் மரத்தைக் கடைந்து செய்யப்படும் (அகம்.135). இக்காய்கள் முத்தின் அளவையொத்ததாக இருக்கும் (அகம்.126). இவ் விளையாட்டை ஆயத்தோடு சேர்ந்து விளையாடுவர் (அகம்.17,66). கூரை வீட்டின் கீழ் தொடிகளை அணிந்துள்ள மகளிர், மணற்பரப்பில் கழங்காடினர் (நற்றி.79). கழங்குக்காய்களை உயர எறிந்து, அதை சரியாகப் பிடித்து மகளிர் கழங்கு விளையாடுவர். இப்படி எறியப்படும் காய்கள், மழையோடு இறங்கும் பனிக்கட்டிகள் போன்றிருந்ததை,

> **மகளிர் அயர்ந்தனர் ஆடும்**
> **கழங்குஉறழ் ஆலியொடு கதழ்உறை சிதறி** (அகம்.334)

என்ற அகநானூற்றடிகள் காட்டுகின்றன.

சிற்றில் இழைத்தல்

சிற்றில் இழைத்தல் என்பது, மண்ணில் வீடு கட்டி விளையாடும் விளையாட்டாகும். தம் பெற்றோரின் வாழ்வியல் பாங்குகளை நிகழ்த்தி விளையாடுவது இவ்வாட்டமாகும். மகளிரும் சிறுமிகளும் சிற்றில் இழைத்து விளையாடியதற்கான குறிப்புகளைச் சங்க இலக்கியப் பாடல்கள் தருகின்றன.

நெய்தல் நிலப் பெண்ணொருத்தி சிற்றில் புனைந்ததை (நற்றி.123) நற்றிணையும், மணலில் சிறுமி கட்டிய சிற்றிலைச் சிறுவன் ஒருவன் இடித்துத் தள்ளியதை (கலி.51) கலித்தொகையும் குறிப்பிடுகின்றன. முல்லைக்கலியில் ஆயமகன் ஒருவன், சோலையில் விளையாடச் செல்லும் ஆயமகள் ஒருத்தியிடம் அவள் விளையாட, சிற்றில் அமைத்துத் தருவதாகக் கூறுவது குறிப்பிடத்தக்கது (கலி.111). மேலும், முல்லை நில மகளிர் ஆற்று மணற்கரையில் தன் தோழிய ரோடு சிற்றில் இழைத்து விளையாடுவர் (கலி.115).

மண் நிறைந்த அல்லது மணற்பாங்கான பகுதிகளில் சிறுவர்களும் இளம்பெண்களும் சிற்றில்கட்டி விளையாடியதை மேற்கண்ட சான்றுகள் தெரிவிக்கின்றன.

நீராடல்

ஆடவரும் பெண்டிரும் ஆற்றுப் புதுநீரில் நீராடி விளையாடுவதை வழக்கமாகக் கொண்டிருந்தனர். ஆறுகளின்றிப் பிற நீர்நிலைகளிலும்

நீராடுவர். முல்லைக்கலியில் பொதுவன் ஒருவன் தன்னோடு நீராடி விளையாட வரும்படி ஆயமகள் ஒருத்தியை,

> பிடிதுஞ்சு அன்ன அறைமேல நுங்கின்
> தடிகண் புரையும் குறுஞ்சுனை ஆடிப்
> பனிப்பூந் தளவொடு முல்லை பறித்துக்
> தனிக்காயாந் தண்பொழில் எம்மொடு வைகிப்
> பனிப்படச் செல்வாய்நும் ஊர்க்கு (கலி.108:40-45)

என்று அழைக்கிறான். இதன் மூலம் ஆடவரும் பெண்டிரும் புதுப் புனலில் நீராடி மகிழ்வர் என்பது புலனாகிறது.

ஏறுதழுவல்

இது ஆடவர் விளையாட்டாகும். வரைவுக்காக நிகழ்த்தப்பெறும் விளையாட்டாகவும் வீர விளையாட்டாகவும் ஏறுதழுவல் நிகழ்த்தப் பெற்றது. கலித்தொகை – முல்லைக்கலியில் மட்டுமே குறிப்பிடப் படும் இவ்விளையாட்டை ஏறுகோடல் என்று நச்சினார்க்கினியர்[18] குறிப்பிடுகின்றார். இந்த ஏறுகோடல் எண்வகை மணங்களுள் ஒன்றாகிய அசுரம் என்னும் மணவகையின்பாற்பட்டது என்றும், 'கைக்கிளையுள் அசுரமாகிய ஏறுகோடற் கைக்கிளை காமப்பொரு ளாகிய புலனெறி வழக்கில் வருங்கால் முல்லை நிலத்து ஆயரும் ஆய்ச்சியரும் கந்தருவமாகிய களவொழுக்கம் ஒழுகி வரையுங் காலத்து, அந்நிலத்தியல்பு பற்றி ஏறுதழுவி வரைந்து கொள்வரெனப் புலனெறி வழக்காச் செய்தல் இக்கலிகுறித்தென்று கோடலும் பாடலுள் அமையாதன என்றதனாற் கொள்க' என்றும் நச்சினாற்கினியர் குறிப்பிடுகிறார்.

ஆயரினத்து இளைஞர்கள் குடும்பப் பொறுப்பினை ஏற்கும் தகுதியை உறுதிசெய்ய ஏறுதழுவல் நிகழ்த்தப்பெற்றது என்றும், குறிப்பாக ஆயரினத்துப் பெண்களை அவ்வினத்து ஆடவர்கள் மணப் பதற்காகவே ஏறுதழுவல் நிகழ்த்தப்பெற்றது என்றும் ஆயரிளைஞர் கள் தம் வீரத்தைப் பறைசாற்றும் களமாக ஏறுதழுவலைப் பயன்படுத்திக் கொண்டனர் என்றும் அறியமுடிகிறது. மூவினத்து ஆயரின இளைஞர்களில் காளையை அடக்கக் களத்தில் புகுபவர்களைப் பொதுவர் என்று அழைத்தனர்.

ஏறுதழுவும் போர்

ஏறுதழுவல் குறித்து, முல்லைக்கலி முதல் ஏழு பாடல்களில் படம்பிடித்துக் காட்டுகின்றது. இவ்வீர விளையாட்டு,

1. விழாத்தொடக்கம்
2. களம் அமைப்பு
3. வீரர்கள் தெய்வத்தைப் பரவுதல்
4. தொழுபுகுதல்
5. அறிவிப்புகள்
6. காளையுடன் போர்
7. குரவையாடல்

என்னும் ஏழு நிலைகளில் நடைபெறும்.

விழாத் தொடக்கம்

பிடவஞ்செடி, காந்தட்செடி, காயாம்பூ இவற்றின் மலர்களையும், பிற மலர்களையும் மாலையாக அணிந்துள்ள ஆயர்கள் பலர் ஒன்றுகூடி (க.101:1-9), முதுகுடியில் பிறந்த பாண்டிய மன்னன் தீமையின்றி விளங்குவானாக என்று தெய்வத்துக்கு விழா எடுக்கும் பொருட்டும், பாண்டியரின் குடியோடு தோன்றிய குற்றமற்ற மன தினரான தம்மினத்து ஆடவர்கள் ஏறுதழுவும் விழாவுக்காகவும் தம்முள் கலந்துபேசித் திட்டமிட்டனர். (கலி.105:1-8). மூவினத்து ஆயர்களுள் யாரேனும் ஒருவர் காளையை அடக்கிக் காளைக்கு உரிய பெண்ணை மணக்கலாம் என்று முரசறைந்து அறிவித்தனர். இவ்வாறு மன்னனையும், தெய்வத்தையும் பரவுதற் பொருட்டும், திருமணத்துக்குரிய வீர இளைஞர்களைப் பெறுவதன்பொருட்டும் ஏறுதழுவல் விளையாட்டுத் தொடங்கியது.

களம் அமைப்பு

ஏறுதழுவும் இடம் தொழு எனப்பட்டது. இத்தொழுவைச் சுற்றிலும் கழிகளை அமைத்து எல்லை வைத்துக் கட்டியிருப்பர். தொழுவைச் சுற்றிப் பரண்கள் அமைக்கப்பட்டிருக்கும். இப்பரண்களில் ஆய மகளிரும், வீரர்களும், ஆயமகளிர்க்குரியவர்களும் அமர்ந்திருப்பர் (கலி.101:12). ஏறுதழுவும் வீரர்கள் தொழுவின் முன்பகுதியில் கூடுவர். இவ்வீரர்களின் பார்வைபடுமாறு அப்பரண்கள் அமைக்கப் பட்டிருக்கும் (கலி.102:14).

வீரர்கள் தெய்வத்தைப் பரவுதல்

ஆயரினத்து இளைஞர்கள் ஏறுதழுவும் தொழு சென்று காளையைத் தழுவும் முன்னர் நீர்நிலைகளிலும் பரந்த ஆலமரங்களின் அடியிலும்

உறைந்துள்ள முதுபெரும் தெய்வங்களை வணங்கிப் புகுவர். இதனை,

> **துறையும் ஆலமும் தொல்வலி மராஅமும்**
> **முறையுளி பராஅய்ப் பாய்ந்தனர் தொழூஉ** *(கலி.101:13-14)*

என்று முல்லைக்கலி குறிப்பிடுகிறது.

தொழுபுகுதல்

வீரர்களும், மகளிரும், காளைகளும் தொழுவினுள் புகுந்ததைத் தொழுபுகுதல் எனலாம்.

வீரர்கள் தொழுபுகுதல்

ஊரில் உள்ள பழைய தெய்வங்களை வணங்கி, இடியென ஆரவாரம் செய்து ஏறுதழுவும் களத்தினுள் ஆய இளைஞர்கள் புகுவதை,

> **முழக்கென இடியென முன்சமத்து ஆர்ப்ப**
> **வழக்குமாறு கொண்டு வருபுவருபு ஈண்டி**
> **நறையொடு துகள்எழ நல்லவர் அணிநிற்ப** *(கலி.101:10-12)*

என்ற தொடர்கள் மூலம் அறியமுடிகிறது. அப்படிப் புகுந்த ஆயர்களில் சிலர், குறிப்பிட்ட ஒரு காளையைச் சுட்டிக்காட்டி, 'அக்காளையை அடக்கி, அக்காளைக்குரிய பெண்ணைக் கொள்வேன்' என்று சூளுரைத்துத் தொழுபுகுந்தனர். களத்தில் புகுந்த அவ்வீரர்கள் தொழுவின் முன்பகுதியை அடைந்தனர். வகைவகையாக நிறுத்தப் படும் கொல்லேறுகளின் மீது பாய்வதற்காக அவற்றின் எதிரே தயங்காது நின்றனர் *(கலி.102:6-12)*.

காளைகள் தொழு புகுதல்

ஆயர்கள் தங்களுடைய காளைகளைக் களத்தில் கொண்டுவந்து சேர்த்தனர்.

> **அவர் மிடை கொள**
> **மணிவரை மருங்கின் அருவிபோல**
> **அணிவரம்பு அறுத்த வெண்காற் காரியும்**
> **மீன்பூத்து அவிர்வரும் அந்திவான் விசும்புபோல்**
> **வான்பொறி பரந்த புள்ளி வெள்ளையும்**
> **கொலைவன் சூடிய குழவித் திங்கள்போல்**
> **வளையுபு மலிந்த கோடு அணி சேயும்**
> **பொருமுரண் முன்பின் புகல்ஏறு பலபெய்து** *(கலி.103:10-17)*

இப்படி ஒன்றுசேர்ந்த காளைகளையுடைய களம், வாசனைப் புகைப் படலங்கள் படரும் இடமாகவும், மலைச் சாரலில் மழை மேகங்கள் படிந்து மெல்ல இறங்கும்போது சிங்கமும் குதிரையும் யானையும் முதலையும் மலைக்குகை ஒன்றில் ஒன்றாகக் கூடி நிற்பதைப் போன்று காட்சியளிக்கும் *(கலி.103:18-21)*.

தொழுவினுள் நிறுத்தப்பட்ட காளைகள், பறக்கும் பட்டுப் பூச்சியின் சாம்பல் நிறத்தைக் கொண்ட காளையும், நெற்றியில் சந்திரனைப் போன்ற சுழியையுடைய கருநிறத்துக் காளையும், காதுகளுக்குப் பின்புறம் செம்புள்ளிகளையுடைய வெள்ளைக் காளையும் *(கலி.101:15,21,27)*, வெண்ணிறக் கால்கள் உடைய கரிய நிறக் காளையும், சிவந்த உடலில் வெண்புள்ளிகளுடன் விளங்கும் செவலைக் காளையும், வளைந்துத் தோன்றும் வளமான கொம்புகளையுடைய செவலைக் காளையும், புள்ளிகள் நிறைந்த வெள்ளைக் காளையும் *(கலி.103)* மேலும், வெண்ணிறமுடைய காளைகளும், போர்த்திறன் மிக்க கருநிறக் காளைகளும், குரால் காளைகளும், செவலைக் காளையும் *(கலி.104:7-17)* எனப் பலதிறப்பட்ட காளைகள் வரிசையாக நிற்கவைக்கப்பட்டிருந்தன. இவை போர்க்குணம் கொண்டவையாகவும் அதனதன் வலிமையினால் விரும்பப்படக் கூடியதாகவும் இருந்தன. அவை, போர்க்களத்தில் தம் எதிரியை எதிர்பார்த்து நிற்பதுபோலச் சினத்துடன் நின்றிருந்தன.

மகளிர் தொழுபுகுதல்

தழை, கோதை, இழை என்னும் வகைகளில் பிடவம், முல்லை, காந்தள், கொன்றை ஆகிய பூக்களைத் தொகுத்து மாலையாகச் சூடிக் கொண்டுள்ள ஆயமகளிர் தம்முள் விளையாடிக்கொண்டு களத்தில் உள்ள பரணில் வந்தமர்ந்தனர் *(கலி.102:1-6)*. மேலும்,

மெல்லிணர்க் கொன்றையும் மெய்மலர் காயாவும்
புல்இலை வெட்சியும் பிடவும் தளவும்
குல்லையும் குருந்தும் கோடலும் பாங்கரும்
கல்லவும் கடத்தவும் கமழ்கண்ணி மலைந்தனர்
பல்ஆன் பொதுவர் கதழ்விடை கோட்காண்மார் *(கலி.103:1-5)*

என்று கூடிய இவர்கள்,

முல்லை முகையும் முருந்தும் நிரைந்தன்ன
பல்லர் பெருமழைக் கண்ணர் மடம்சேர்ந்த
சொல்லர் சுடரும் கணங்குழைக் காதினர் *(கலி.103-6-8)*

ஆகிய இயல்புடையவர்களாக இருந்தனர். புறவிதழ் நீக்கிய மலர்களை நேராகத் தொடுத்த மணம்மிகு மாலையை அணிந்தவர்களாகத் திகழ்ந்த அவ்வாயமகளிர், தொழுவில் வரிசையாக நின்று (கலி.10:26), விண்மீன்கள் சூழ்ந்த சந்திரனைப் போலத் தோற்றமளித்தனர் (கலி.104:25-28).

அறிவிப்புகள்

முல்லை நிலத்து ஆயர்தம் குடியில் பெண் மகவு பிறந்ததும் ஒரு காளைக் கன்றையும் வளர்க்கத் துவங்குவர். அப்பெண் பருவம் எய்தும்போது கன்றும் சிறந்த காளையாக வளர்ந்து நிற்கும். அதனைத் தழுவும் இளைஞருக்கே அப்பெண் மாலைசூட்டுவாள் என்று பறையறைந்து அறிவிப்பர்.

...குறும்பு இவர்
புல்லினத் தார்க்கும் குடஞ்சுட் டவர்க்கும்எம்
கொல்லேறு கோடல் குறையெனக் கோவினத்தார்
பல்லேறு பெய்தார் தொழூஉ (கலி.107:1-4)

வரிசையாய் நின்றிருக்கும் ஆயமகளிரைச் சுட்டி, வேலிகளில் மேயும் ஆட்டுக்கூட்டத்தை உடையோர்க்கும், குடம் பால் தரும் பசுக்களை உடைய ஆயர்க்குமாக, 'எம் கொல்லேற்றை இளைஞர் தழுவும் விழா இப்போது நடைபெறும்' என்றபடி அவ்வறிவிப்பு இருக்கும்.

மேலும், காளைகளைச் சுட்டி, இவ்வெள்ளைக் காளையின் கழுத்தைத் தழுவுபவன் கூரிய பல்வரிசையை உடைய இவ்வழகியைப் பெறுவான் என்றும், கூர்த்த கொம்புகளையுடைய இக்கருநிறக் காளையின் சினத்துக்கு அஞ்சாமல் இதனைப் பிடிப்பவன் ஒளிமிகும் அணிகலன்களும் நீண்ட கூந்தலும் உடைய இம்மங்கையின் கூந்தல் அணையின் துயிலப்பெறுவன் என்றும், கொலைத் தன்மை வாய்ந்த இக்குரால் காளையைக் கொல்பவன் பெண்மான்போல் அஞ்சி நோக்கும் பார்வையையுடைய இப்பெண்ணைப் பெறுவான் என்றும், கொடிய வலிமையுடைய இச்செவலைக் காளைக்கு அஞ்சாமல் இதனைப் பற்றுபவன் குழையணிந்த காதினையுடைய இவளது மூங்கில் போன்ற தோளில் துயிலப் பெறுவான் என்றும் பறையறைந்து அறிவிப்பர், இதனை,

அவ்வழி முள்ளெயிற்று ஏஎர் இவளைப் பெறும் இதுஓர்
வெள்ளேற்று எருத்து அடங்குவான்

ஒள்ளிழை வார்உறு கூந்தல் துயில்பெறும் வைமருப்பின்
காரிகதன் அஞ்சான் கொள்பவன் ஈரரி
வெரூஉப்பிணை மான்நோக்கின் நல்லாட் பெறூஉம்இக்
குரூஉக்கண் கொலையேறு கொள்வான் வரிக்குழை
வேயுறழ் மென்தோள் துயில்பெறும் வெம்துப்பின்
சேஎய் சினன் அஞ்சான் சார்பவன் என்றாங்கு *(கலி.104:18-25)*

என்ற முல்லைக்கலி பாடலடிகள் தெரிவிக்கின்றன.

காளையுடன் விளையாட்டு

ஏறுதழுவும் விளையாட்டுத் தொடங்கியது. வகைவகையாக நிறுத்தப்பட்டுள்ள காளைகளின் மீது பாய்வதற்கு ஆய இளைஞர்கள் பலர் அவற்றின் எதிரே சென்றனர். காளைகளும், கொன்றுகுவிக்கும் வில்லைப்போன்ற அவர்களைக் கொல்லும் சினத்துடன் கொடுமை யாகப் பாய்ந்தன. அக்களமே போர்க்களம் போன்றிருந்தது. இதனால் எங்கு நோக்கிலும் புழுதித் துகள்கள் எழுந்தன. கடுமையான போரில் காளைகளின் கொடும் கொம்புகளை இளைஞர்கள் தம் மார்புகளில் ஏற்றனர். காளைகளோ, அவர்களைக் கீழேத் தள்ளி அவர்தம் மார்பிலே கொம்புகளைக் கவிழ்த்தன. இதனைக் கண்டவர்கள் யாவரும் கலங்கினர். *(கலி.102:15-23)*

எழுந்தது துகள்
ஏற்றனர் மார்பு
கவிழ்ந்தன மருப்புக்
கலங்கினர் பலர் *(கலி.102:21-24)*

கடுமையான போரில், பகைவரைத் தம் கொம்புகளால் குத்திக் கிழித்து, அவர்தம் குடல்களைத் தம் கொம்புகளில் மாலைபோலச் சுற்றிக்கொண்டன அக்காளைகள் *(கலி.103:22-23)*.

ஏறுகொள்வேன் எனச் சபதமிட்டு வருபவர்களையும், ஏற்றின் கொம்புகளை மார்பில் ஏற்றுக்கொள்பவர்களையும், அதன்மீது பாய்ந் தேறிச் செலுத்துபவர்களையும், கொம்புகளினிடையே நுழைபவர் களையும் குடலறுத்தும், சிதைத்தும், சினத்துடன் போரிட்டும் செம்மாந்து நின்றன அக்காளைகள். இடியென முழங்கிடும் அவற்றைத் தழுவிட அடுத்தடுத்து வந்த வீர இளைஞர்களின் எலும்புகளை முறித்தும், தசையைக் கிழித்தும், அவற்றைத் தொழுவெங்கும் பரவிடச் செய்தன *(கலி.104:57-59)*.

சாம்பல் நிறம் கொண்ட காளையொன்று, அதன் கூர்மையான பார்வைக்கு அஞ்சாமல் பாய்ந்த பொதுவனைச் சாகுமாறு தனது கொம்பால் குத்திக்குலைத்தக் காட்சி, திரௌபதியின் கூந்தலைப் பற்றியிழுத்த துச்சாதனனைப் பகைவர் நடுவே, நெஞ்சைப் பிளந்த வீமனை நினைவுக்கூர்வதாய் இருந்தது. கருநிறத்துக் காளையொன்று பொதுவன் ஒருவனது குடல் வெளிப்படுமாறு குத்திக்குலைக்கும் காட்சி, உருத்திரன் எமனது குடலை உருவி, பேய்களுக்கு இட்டதைப்போன்று இருந்தது. வெள்ளைக் காளையொன்று, அதன் கோபத்தைக் கண்டு அஞ்சாமல் பாய்ந்த பொதுவனைத் தன்னுடைய கொம்பின் முனையால் குத்திக் கிழித்த காட்சி, அசுவத்தாமன் தன் தந்தையைக் கொன்ற சிகண்டியை நள்ளிரவில் வென்று தலையைத் திருகிக் கொன்றதைப் போன்று இருந்தது *(கலி.101:15-32)*.

கரிய காளையொன்று தன் கொம்பினை எதிர்கொண்டு நின்ற பொதுவனை, அவன் இறக்குமாறு குத்தியது. வெள்ளை நிறத்துக் காளை, தன் கழுத்தில் பாய்ந்து தழுவியவனைத் தள்ள முடியாமல் பரணை நோக்கிப் பாய்ந்தது *(கலி.105:30-41)*. மற்றொரு காளை யொன்று, தன் கொம்பின் வலிமை அடங்குமாறு தழுவிய ஒருவனை, வெற்றிபெற விடாமல் அங்கும் இங்குமாக அலைத்துக்கொண்டு திரிந்து, பெரிதும் காயப்படுத்தி, எலும்பை முறித்து, குடல்கள் அற்றுக் கவிழும்படி செய்தது. இதனைப் பரணிலிருந்து கண்ட பலரும் அதிர்ந்து, முகஞ்சுளித்து, அவ்விடத்தை விட்டு வரிசையாய் எழுந்து போயினர் *(கலி.104:39-44)*.

புகழை விரும்பிக் களம்புகுந்த இளைஞன் ஒருவன், காளையைப் பற்றும்போது, பிடி நெகிழ்ந்து, ஏறின் கழுத்தை விட்டு, தன் கைகள் தள்ளப்பட, உடல் தளர்ந்து அதன் முன் வீழ்ந்தான். கபில நிறம் கொண்ட அக்காளை, கீழே விழுந்து கிடந்த அவனை, 'இவன் எனக்குச் சமமல்லன்' என்று ஒன்றும் செய்யாமல் திரும்பியது *(கலி.104:45-50)*.

காளையை அடக்கும் இளைஞர்

காற்றுபோல விரைந்துவரும் காளையைத் தான் ஒருவனாகவே அதன் வலிமையை அடக்கி, அதனைவிட மேம்பட்ட பெருமிதத்தோடு நிற்கிறான் ஓர் ஆயவீரன். காயாம்பூ மாலை அணிந்த மற்றொரு ஆயன், குறையாத வேகத்தோடும் சினத்தோடும் தன்மேல் பாய்ந்த செவலைக் காளையின் கொம்பின் அடிப்பாகத்தை இறுகப் பற்றி அதன் வலிமையைப் போக்கித் தழுவிக் கிடக்கிறான். ஏறோடு போரிட்டு

அதனை அடக்கிய ஒருவன், அவ்வேறின் கொம்பில் சுற்றியிருந்த தன் குடலை எடுத்து மீண்டும் தன் வயிற்றில் இட்டுக்கொண்டு பெருமிதத்தோடு நிற்கிறான். எருமையினத்து ஆயவீரன் ஒருவன், போரை விரும்பும் ஏற்றின் கழுத்தில் தாவி, கையால் அதனை ஒரு மாலைபோலத் தழுவி, அது மீண்டும் எழாதவாறு அடக்குகின்றான். பசுவினத்தாயன் ஒருவன், மச்சத்தையுடைய ஏற்றின் மேல் படர்ந்து, நீர்த்துறையில் தெப்பத்தில் அமர்ந்து அதனைச் செலுத்துபவன்போல வெற்றிக் களிப்பில் வீற்றிருக்கிறான். ஆட்டினத்தாயன் ஒருவன், புள்ளிகள் நிறைந்த வெள்ளைக்காளையின் அழகிய மேனியில், சந்திர னில் உள்ள மருவைப்போல அகலாது பொருந்தித் தோன்றுகின்றான் (கலி.103:22-52). மாலையணிந்த ஆயன் ஒருவன், மிக்க விருப்பத் தோடு தனது நீண்ட கரிய கைகளால் காளையொன்றின் கழுத்தை இறுகத் தழுவி, சில நொடிப் பொழுது அதன் கழுத்தருகே மறைந் திருந்து, சட்டென அதன் திமில்மீது ஏறிப் போரிட்டு, அதன் வலிமையை அடக்கியமையால் மிகுந்த துன்பமடைந்தது. இதனைக் கண்ட அக்காளைக்குரியோர், விருக்கெனச் சினந்து எழுந்தனர். தம் காளையைத் தழுவிய பொதுவன் மீது சினங்கொண்டனர் (கலி.103: 28-29).

ஏறுதழுவும் இளைஞர், அலங்காநல்லூர், மதுரை

இவ்வாறு, ஏற்றின் கொம்பைப் பிடித்தும், மார்பில் சேரத் தழுவியும், கழுத்தை வளைத்தும், திமில் முறியத் தழுவியும், தமது தோள் நடுவில் அதன் கழுத்தை அகப்படுத்தியும், கொம்பு தன்மேல் படுவதை ஏற்றுக்கொண்டும் போரிட்ட இளைஞர்களையெல்லாம் ஏறுகள் முட்டித் தள்ளித் தம்மைத் தழுவவிடாமல் விலக்கின. விடாமல் சென்று தழுவியவரையெல்லாம் குத்திக் கிழித்தன (கலி.105:30-34). புலிக்கூட்டமும் யானைத் தொகுதியும் ஒன்றோடொன்று எதிர்த்துப்

போரிட்டதைப்போல ஆயர் ஏறுகளோடு போரிட்டு அதனை அடக்கி, நீலநிற மாலைகளைத் தம்முடைய சிவந்த கழுத்தில் அணிந்துகொண்டு அத்தொழுவைவிட்டு ஒன்றாகச் சென்றனர் *(கலி.103:56-62)*. அக்களத்தில் தழுவப் பெற்ற ஏறுகள் எல்லாம் மேயச் சென்றன *(கலி.104:60)*.

குரவையாடல்

ஏறுதழுவல் முடிவில் காளைகளும் சோர்ந்தன. ஆயரும் அவற்றால் பெரிதும் புண்பட்டனர். அப்போது அவ்வாயரோடு கூடும் நிமித்தங்களைப் பெற்று, மகளிர் அனைவரும் முல்லைப்பூக்கள் மலர்ந்துள்ள சோலையில் விளையாடப் புகுந்தனர் *(கலி.101:47-50)*. சிறுகுடியில் எருப்பொடிகள் நிறைந்த மன்றத்தில், போரில் விழுபுண் பட்ட வீர இளைஞர்களைப் போற்றி, பண்ணும் தாளமும் பின்னணியாய் அமையக் குரவைக் கூத்தாடினர். அதில் தன்னுடைய வீரத்தால் காளையை அடக்கிய வீரர்களையும், காளை அடக்கப்பெற்றதால் நுண்ணிய புன்னகை ததும்ப நின்றிருந்த ஆயமகளிரின் மெல்லியத் தோள்களையும் பாராட்டி ஆடிப் பாடினர் *(கலி.102:35-39)*.

குரவையாட்டத்தில்,

கொல்லேற்றுக் கோடஞ்சு வானை மறுமையும்
புல்லாளே ஆய மகள்
அஞ்சார் கொலையேறு கொள்பவர் அல்லதை
நெஞ்சிலார் தோய்தற்கு அரிய உயிர்த்துறந்து
நைவாரா ஆயமகள் தோள்
வளியா அறியா உயிர்காவல் கொண்டு
நளிவாய் மருப்பஞ்சும் நெஞ்சினார் தோய்தற்கு
எளியவோ ஆயமகள் தோள்
விலைவேண்டார் எம்இனத்து ஆயர் மகளிர்
கொலையேற்றுக் கோட்டிடைத் தாம்வீழ்வார் மார்பின்
முலையிடைப் போலப் புகின் *(கலி.103:63-73)*

என்று பாடி, குரவைக்கூத்தாடுவர்.

குரவையாட்டத்தின் முடிவில் கடல்சூழ்ந்த குற்றமற்ற சிறந்த இப் பழைய நிலவுலகத்தை ஆளும் உரிமையுடைய பாண்டியன், இந்தப் பெரிய உலகத்தில் பல்லாண்டு வாழ்க என வாழ்த்தி, குறையாத சிறந்த புகழையுடைய தெய்வத்தைப் பரவுவர். இதோடு ஏறுதழுவும் விளையாட்டும் நிறைவுறும்.

•

அடிக்குறிப்புகள்

1. தொல்பழங்காலம், தமிழ்நாட்டு வரலாறு, 1975. ப.119
2. நா.செயராமன், முல்லைப்பாடல்கள், 1976, ப.21
3. தொல்பழங்காலம், தமிழ்நாட்டு வரலாறு, 1975. ப.120
4. திண்தேர் நள்ளி கானத்து அண்டர் (குறு.210:1)
5. நச்சினார்க்கினியம், தொல்-பொருள். 2007, ப.49
6. அ.முத்துசாமி, சங்க இலக்கியத்தில் ஆயர், 1993, ப.15
7. இரா.அரங்கராசன், சங்க இலக்கியத்தில் ஆயர் வாழ்வியல், 2003, ப.23
8. வி.கனகசபை, ஆயிரத்தெண்ணூறு ஆண்டுகளுக்கு முற்பட்டத் தமிழகம், 1926, ப.112
9. அ.முத்துசாமி, சங்க இலக்கிய ஆயர் வாழ்வியல், 1993, ப.92
10. அ.முத்துசாமி, சங்க இலக்கியத்தில் ஆயர், 1993, ப.100
11. கா.கோவிந்தன், ஆரியருக்கு முற்பட்ட தமிழ்ப்பண்பாடு, 1992, ப.224
12. கழுவொடு சுடு படை சுருக்கிய தோல் கண்.
    இமிழ் இசை மண்டை உறியொடு தூக்கி,
    ஒழுகிய கொன்றைத் தீம் குழல் முரற்சியர்,
    வழூஉ சொல் கோவலர், தம் தம் இன நிரை
    பொழுதொடு தோன்றிய கார் நனை வியன் புலத்தார்.
    அவ் வழி
    நீறு எடுப்பவை, நிலம் சாடுபவை,
    மாறு ஏற்றுச் சிலைப்பவை, மண்டிப் பாய்பவையாய்த்
    துளங்கு இமில் நல் ஏற்று இனம் பல - களம் புகும்
    மள்ளர் வனப்பு ஒத்தன.
    தாக்குபு தம் உள் பெயர்த்து ஒற்றி, எவ் வாயும்,
    வை வாய் மருப்பினால் மாறாது குத்தலின்,
    மெய் வார் குருதிய ஏறு எல்லாம் - பெய் காலைக்
    கொண்டல் நிரை ஒத்தன.
    அவ் ஏற்றை
    பிரிவு கொண்டு, இடைப் போக்கி, இனத்தோடு புனத்து ஏற்றி,
    இரு திறனா நீக்கும் பொதுவர் -
    உரு கெழு மா நிலம் இயற்றுவான்,
    விரி திரை நீக்குவான், வியன் குறிப்பு - ஒத்தனர்.
    அவரைக் கழல உழக்கி, எதிர் சென்று சாடி,
    அழல் வாய் மருப்பினால் குத்தி, உழலை
    மரத்தைப் போல் தொட்டன - ஏறு.
    தொட்ட தம், புண் வார் குருதியால் கை பிசைந்து, மெய் திமிரித்

தங்கார் - பொதுவர் - கடலுள் பரதவர்
அம்பி ஊர்ந்தாங்கு, ஊர்ந்தார், ஏறு.
நீர்திகழ் கண்ணியர் ஊர்வயின் பெயர்தர (அகம்.264:4-6)

13. ஆடுதலைத் துருவின்தோடுஏ மார்ப்ப
கடைகோல் சிறுதீ அடைய மாட்டி
திண்கால் உறியன் பானையன் அதளன்
நுண்பல் துவலை ஒருதிறம் நனைப்ப
தண்டுகால் ஊன்றிய தனிநலை இடையன்
மடிவிடு வீளை கடிதுசென்று இசைப்ப
தெறிமறி பார்க்கும் குறுநரி வெரீஇ
முள்ளுடைக் குறுந்தூறு இரியப் போகும் - (அகம்.274:4-12)

14. பேர் உறை தலைஇய பெரும் புலர் வைகறை,
ஏர் இடம் படுத்த இரு மறுப் பூழிப்
புறம் மாறு பெற்ற பூவல் ஈரத்து,
ஊன் கிழித்து அன்ன செஞ் சுவல் நெடுஞ் சால்,
வித்திய மருங்கின் விதை பல நாறி,
இரலை நல் மான் இனம் பரந்தவை போலக்,
கோடு உடைத் தலைக் குடை சூடிய வினைஞர்,
கறங்கு பறை சீரின் இரங்க வாங்கி,
களை கால் கழீஇய பெரும் புன வரகின்
கவைக் கதிர் இரும் புறம் கதூஉ உண்ட, (அகம்.194:1-10)

15. வெப்புள் விளைந்த வேங்கைச் செஞ்சுவல்
கார்ப்பெயல் கலித்த பெரும்பாட்டு ஈரத்துப்
பூழி மயங்கப் பலவுழுது வித்திப்
பல்லி ஆடிய பல்கிளைச் செவ்விக்
களைகால் கழாலில் தோடுஒலிபு நந்தி
மென்மயில் புனிற்றுப்பெடை கடுப்ப நீடிக்
கருந்தாள் போகி ஒருங்குபீள் விரிந்து
கீழும் மேலும் எஞ்சாமைப் பலகாய்த்து
வாலிதின் விளைந்த புதுவரகு அரியத்
தினைகொய்யக் கவ்வை கறுப்ப அவரைக்
கொழுங்கொடி விளர்க்காய் கோள்பத மாக (புறம்.120:1-11)

16. இதைச்சுவல் கலித்த ஈர்இலை நெடுந்தோட்டுக்
கவைக்கதிர் வரகின் கால்தொகு பொங்கழி
கவட்டுஅடிப் பொருத பல்சினை உதிர்வை
அகன்கண் பாறைச் செல்வயின் தெறீஇ
வரிஅணி பணைத்தோள் வார்செவித் தன்னையர்
பண்ணைவெண் பழத்து அரிசி ஏய்ப்ப
சுழல்மரம் சொலித்த சுளகுஅலை வெண்காழ்

தொடிமாண் உலக்கை ஊழிற் போக்கி
உரல்முகம் காட்டிய சுரைநிறை கொள்ளை
ஆங்கண் இருஞ்சுனை நீரொடு முகவா
களிபடு குழிசிக் கல்அடுப்பு ஏற்றி (அகம்.393:412)

17. க.த.திருநாவுக்கரசு, தமிழர் நாகரிகம், ப.156
18. தொல்காப்பியம், பொருளதிகாரம், நச்சினார்க்கினியர் உரை, 2007, ப.53

3. பிற்கால இலக்கியங்களில் ஆயர்கள்

சங்க காலத்துக்குப் பிறகு தோன்றிய இலக்கியங்களான பதினெண் கீழ்க்கணக்கு நூல்கள், சிலப்பதிகாரம், சீவகசிந்தாமணி உள்ளிட்ட காப்பியங்கள், நாயன்மார்கள், ஆழ்வார்களது பக்தி இலக்கியங்கள் மற்றும் சிற்றிலக்கியங்களான பள்ளு முதலிய பல்வேறு இலக்கியங் களில் ஆயர்கள் குறித்த செய்திகளைக் காண முடிகின்றன.

உணவு

ஆயர்கள் உட்கொண்ட உணவு வகைகளைச் சிலப்பதிகாரத்தில் காணமுடிகிறது. கண்ணகியை அடைக்கலப்பொருளாகப் பெற்ற ஆயர் முதுமகள் மாதரி, அவளைத் தம்முடைய ஆயர்சேரிக்கு அழைத்துச்சென்று தம்மிடமுள்ள உணவுப்பொருள்களை அவர் களுக்குத் தந்துதவிய காட்சி, ஆயர்களது உணவு முறைகளைக் குறித்த புரிதலை ஏற்படுத்துகிறது. ஆயர்கள் தம் விருந்தினருக்கும் அத்தகைய உணவு வகைகளையே அளித்துப் பேணினர்.

அவர்கள், கலங்களில் உணவு சமைத்து, வாழையிலையில் உண்ணும் வழக்கத்தைக் கொண்டிருந்ததையும், பலாக்காய், மாதுளை, வெள்ளரிக்காய், மாம்பழம், வாழைப்பழம், நெல்லரிசி போன்றவை யும் இவற்றோடு பால், மோர், நெய், பாற்சோறு முதலியவற்றையும் உணவாகக் கொண்டிருந்ததையும்,

   இடைக்குல மடந்தையர் இயல்பிற் குன்றா
   மடைக்கலம் தன்னொடு மாண்புடை மரபின்
   கோளிப்பாகல் கொழுங்கனித் திரள்காய்
   வாள்வரிக் கொடுங்காய் வாழைத் தீங்கனி
   சாலிஅரிசி தம்பால் பயனொடு...   *(சிலம்பு.2.16:22-28)*

என்ற பாடலடிகள் எடுத்தியம்புகின்றன.

உடை

ஆய ஆடவர்கள் செந்துவராடையை அணிந்தனர் என்பதை,

...செந்துவர் ஆடை ஆயர் *(சீவக.485:1)*

என்ற அடிகள் மூலமும்

ஆயமகளிர் மார்பில் கச்சை அணிந்திருந்தனர் என்பதை
வம்புடைய முலையினாள் *(சீவக.478:1)*

என்ற அடியின் மூலமும் சீவகசிந்தாமணி உணர்த்துகிறது.

அணிகலன்கள்

ஆய மகளிர், தம் கைகளில் வளையல்களை அணிந்திருந்ததைக் காணமுடிகிறது. இதனைச் 'செறிவளை ஆய்ச்சியர்' *(சிலம்பு. 2.15:207)* என்றும் 'பொற்றொடி மாதராள்' *(சிலம்பு.2.16:2)* என்றும் 'பெய்வளை கையாள்' *(சிலம்பு.2.16:2-எ.கா.)* என்றும் 'வரிவளைக்கை' *(சிலம்பு.2.16:2-ஆடுநரப் புகழ்)* என்றும் சிலம்பு குறிப்பிடுகிறது.

மழலை மொழி பேசும் ஆய்ச்சியர்கள், மார்பில் முத்துமாலையினை அணிந்திருந்தனர் என்பதை 'முலைப்படு முத்தொடு' என்ற அடியின் மூலமும் *(சீவக.424:2)*. பொன்னால் செய்யப்பட்ட அணிகலன்களை அணிந்திருந்ததை,

பூத்த கோங்கு போல்பொன் சுமந்து உளார்
ஆய்த்தியர் *(சீவக.419:2-3)*

என்றும், பாதங்களில் பாடகமும், வளையல் அணிந்த முன்கையினையும், ஒளிவீசும் மணிகள் பதித்த ஆபரணங்களையும் அணிந்திருந்தனர் என்பதை

பாடகம் சுமந்த செம்பொன் சீரிழை...
சூடகம் அணிந்த முன்கைச் சுடர்மணிப் பூணி *(சீவக.479:1-2)*

என்ற அடிகள் மூலமும் அறியமுடிகிறது. மேலும் திருமணத்தின்போது நெய்யை விற்றுப் பெற்ற புதிய பொன் தோடையும், ஒளிவிடும் அழகிய குழையையும், மங்களத்துக்குரிய காதணியையும் அணிந்தனர். இதனை,

நெய்வினைப் பசும்பொன் தோடும் நிழல்மணிக் குழையும் நீக்கி
மைவிரி குழலினாளை மங்கலக்கடிப்புச் சேர்த்தி *(சீவக.488:1-2)*

என்ற அடிகள் மூலம் சீவகசிந்தமாணி ஆயர் மகளிர் அணிந்த அணிகலன்கள் குறித்த புரிதலை ஏற்படுத்துகிறது.

இருப்பிடம்

இளங்கோவடிகளின் சிலப்பதிகாரக் காலத்தில் மதுரைவாழ் ஆயர்கள், வைகைக் கரையொட்டிய புறஞ்சேரிகளில் வாழ்ந்துவந்தனர் (சிலம்பு:2.17.:4-5). அவர்களுடைய குடியிருப்புகள் கட்டுவேலி சூழ்ந்தவையாகத் திகழ்ந்தன. அங்குச் செம்மண் பூசப்பெற்ற, குளிர்ச்சி யான பந்தலையுடைய அழகிய சிறிய வீடுகளில் வசித்தனர். இதனை,

மிளைசூழ் கோவலர் இருக்கை அன்றிப்
பூவல் ஊட்டிய புனைமான் பந்தர்க்
காவல் சிற்றில் கடிமனைப் படுத்து (சிலம்பு: 2.16:4-6)

என்ற பாடலடிகள் சுட்டுகின்றன.

சீவகசிந்தாமணி காலத்தில் புறவணி, புன்புலம் என்றெல்லாம் வழங்கப்பட்ட ஆயர் வாழ்விடங்கள் இருந்தன. இங்கு ஆயர் சேரிகள் பல நிறைந்திருந்தன. ஏதேனும் துன்பகாலத்தில் இத்தகைய இடைச்சேரிகள் பாறைபோல் தோய்ந்த தயிரும் பாலும் நெய்யும் கலந்து ஆறுபோல் ஓடியது என்பதை

பாறை படுதயிர் பாலொடு நெய்பொருது
ஆறு மடப்பள்ளி ஆகுலமாக (சீவக.426:1-2)

என்று அடிகள் தெரிவிக்கின்றன. ஊரிலிருந்து மலைப்பகுதிகளில் கால்நடைகளை மேய்ப்பதற்கு அழைத்துச் செல்வர் என்பதையும் சிந்தாமணி மூலம் அறியமுடிகிறது. இத்தகைய பயணம் இளவேனிற் பருவத்தில் நிகழும் (சீவக.415).

பக்தி இலக்கிய காலகட்டத்தில், ஆயரும் ஆய்ச்சியரும் நல்ல நாளில் நறுமண எண்ணெய்யும் மஞ்சள் சுண்ணாம்பையும் தூவிக்கொள்வதால் அவர்களது வீட்டு முற்றம் சேறானது என்றும் (திருப்.13) அங்குத் தயிர், பால், நெய் முதலியவற்றை உரியிலிட்டுக் கட்டிவைத்திருப்பர் (திருப்.16) என்றும் பெரியாழ்வாரது பாசுரங்கள் குறிப்பிடுகின்றன.

தொழில்

சிலப்பதிகாரச் சான்றுகளின் படி, ஆயர்களின் முதன்மைத்தொழில் ஆநிரை மேய்த்தலாகும். அதிகாலையில் கால்நடைகளை ஓட்டிச்

செல்லும் ஆயர்கள், மாலையில் ஆட்டுக் குட்டிகளையும் கோடரி யையும் உறியையும் தோளில் சுமந்தவர்களாய் ஆய்ச்சியரோடு ஊர் திரும்புவர். இதனை,

கன்று தேராவின் கனைகுரலியம்ப
மறித்தோணவியத் துறிக்காவாளரோடு
செறிவளை யாய்ச்சியர் சிலர் புறஞ்சூழ *(சிலம்பு.2.15:204-206)*

என்ற பாடலடிகள் காட்டுகின்றன.

கால்நடைகளைப் பேணி, அவற்றின் பயன்களைத் தானும் நுகர்ந்து, பிறருக்கும் தருவித்து வாழும் தொழிலைச் செய்பவர்கள் ஆயர்கள். மோரினை விற்று வாழ்க்கை நடத்தும் ஆய்ச்சியரை,

அளைவிலை உணவின் ஆய்ச்சியர் தம்மொடு *(சிலம்பு.2.16:3)*

என்று சுட்டுகிறார் இளங்கோ.

அரண்மனைக்கு முறைவைத்து நெய் தருவிக்கும் வழக்கத்தையும் ஆயர்கள் கொண்டிருந்தனர் என்பதை,

நெய்ம்முறை நமக்குஇன்றுஆம் என்று
ஐயைதன் மகளைக் கூஉய் *(சிலம்பு.2.17:7-8)*

என்று ஆயர் முதுமகள் மாதரியின் கூற்றிலிருந்து அறியமுடிகிறது.

பெருவாரியான கால்நடைகளை மலைப்பகுதிகளுக்கு ஓட்டிச் சென்று ஆயர்கள் மேய்த்துவரும் காட்சியைச் சீவகசிந்தாமணி தெரி விக்கிறது.

பக்தி இலக்கியங்களில் ஆனாய நாயனாரும் பிற கோவலர்களும் இணைந்து காட்டுக்குச் சென்று ஆநிரைகளை மேய்த்து வாழ்ந்ததைப் பெரிய புராணம், இலை மலிந்த சருக்கத்தில் விவரிக்கிறது.

மழநாட்டில் மங்கலவூரில் ஆயர் குடியில் பிறந்த ஆனாய நாயனார், சிறந்த சிவ பக்தராவார். கார்காலத்தில், பிற கோவலர்களுடன் பசுக் களைக் காட்டுக்கு ஓட்டிச்சென்று மேய்த்துவருவதை வழக்கமாகக் கொண்டிருந்த இவர், ஒரு கையில் கோலும் மறுகையில் வேய்ங் குழலும் கொண்டு சென்றதையும் அங்குப் பரந்து விரிந்திருந்த கொன்றை மரத்தை இறைவனே என்றெண்ணி, அன்பினால் நெஞ் சுருகித் தம்முடைய குழலினால் ஐந்தெழுத்து மந்திரத்தை வாசித்தமை யையும் இவ்விசை கேட்ட, இறைவனால் ஆட்கொள்ளப்பட்டார் என்பதையும் பெரிய புராணம் குறிப்பிடுகிறது (பெரிய. 935-943).

ஆய மகளிர் தொழில்கள்

ஆயர்கள் தம்தொழிலால் அறியப்படுபவர் என்றும், குற்றமற்ற குடியினர் என்றும் நாலாயிரதிவ்யபிரபந்தப் பாடல்கள் குறிப்பிடு கின்றன. ஆய்ச்சியர், அதிகாலையிலேயே எழுவர் என்றும், பொழுது புலர்வதற்குமுன் தயிர் கடைவர் என்றும் ஆண்டாள் (திருப்பா.480: 4-5) பாடல்கள் குறிப்பிடுகின்றன. கடைந்த மோரை, வேறு பகுதிகளுக்கு ஆய்ச்சியர்களே விற்கச் செல்வர் (திருப்.231:1-2) என்று பெரியாழ்வார் குறிப்பிடுகிறார்.

சிற்றிலக்கியங்களில் ஆடுகளைப் பேணும் இடையர்களின் வாழ் வியலைப் பள்ளு இலக்கிய நூல்களில் காணமுடிகிறது.

பள்ளு இலக்கியங்கள்

பள்ளு இலக்கியங்களில் ஆடு மேய்க்கும் இடையர் துணை மாந்தர்களாக இடம்பெறுகின்றனர். உழவுத் தொழிலுக்கும் கால்நடை வளர்ப்புக்கும் நெருங்கிய உறவு தொடர்ந்து வந்துள்ளதை அறிய முடிகிறது. பள்ளு நூல்களில் ஆட்டுக் கிடை அமர்த்தும் இலக்கியத் தரவு பெறப்படுவதிலிருந்து சங்க இலக்கிய காலம் முதல், வயலில் கிடை அமர்த்தும் வழக்கம் தொடர்ச்சியாக வழக்கிலிருந்துள்ளமையை அறியமுடிகிறது.

கால்நடைகளில் கழிவுகளே உழவு நிலத்துக்கு உகந்த உரமாக உழவர்கள் எண்ணினர். இதனை,

> **நீட்டுரமும் தேட்டுரமும் நெல்லுரமும்**
> **ஆகையினால் ஆட்டுரமும் மாட்டுரமும்**
> **வயலுரங் காண் ஆண்டே** (கண்ணுடை.76:1-3)

என்னும் பாடல் குறிப்புகளால் உணரமுடிகிறது.

உழவு நிலங்களில் வேளாண் பணிகள் தொடங்குவதற்கு முன்பு வயலுக்கு உரமேற்ற ஆயரை நிலவுடைமையாளர்கள் அல்லது உழவர் கள் அழைப்பர். உழவர் இலக்கியமான பள்ளு இலக்கியங்களில் வயலுக்கு உரமேற்ற ஆயரை அழைக்கும் பகுதி சிறப்பாக அமைக்கப் பெற்றுள்ளது. இப்பகுதியை,

1. பண்ணையார் ஆயரை அழைத்துவரச் சொல்லுதல்
2. பள்ளனது மறுமொழியும் புறப்பாடும்
3. ஆயரது வருகை

4. ஆயரது தோற்றம்
5. கிடை பெருமை
6. கிடை அமர்த்துதல்
7. கிடை விவரம்

ஆகிய நிலைகளின்கீழ் அறியமுடிகிறது.

பண்ணையார் ஆயரை அழைத்துவரச் சொல்லுதல்

நிலவுடைமையாளர்கள் பண்ணையார் என்று அழைக்கப்பெற்றனர். இவர்கள் உழவுக்கு முன்பு, தம்முடைய வேலையாட்களை அழைத்து, தம்முடைய பெரிய நிலத்துக்கு எரு வைக்கும் பொருட்டு, ஆட்டினத்தைப் பேணும் ஆயரை அழைத்துவரச் சொல்வார். இதனை,

> **எண்ணளவிலா நிலத்துக் கெருவைக்க**
> **வேணுமென்று துன்னுபண்ணை யாண்டகையுஞ்**
> **சொன்னபடியே பள்ளன் திண்ணமுடன் ஆயர்**
> **மனை தேடி நடந்தான்**

(வையாபுரி.104:2-5)

என்ற பாடலடிகள் மூலம் இதனை அறியலாம்.

பண்ணையார் ஆயரை அழைத்துவரும்படி பள்ளனிடம் கூறும் போது, 'குற்றமற்ற கண்ணனது குடியினரான இடையர்' என்றும், 'கொச்சை இடையர்' என்றும், 'ஆட்டிடையர்' என்றும் அடை கொடுத்து சொல்வதாகப் பள்ளு இலக்கியங்கள் பகர்கின்றன.

பள்ளனது மறுமொழியும் புறப்பாடும்

பண்ணையாரின் ஆணைப்படி, ஆயர் இருக்கும் இடம்தேடிப் பள்ளன் செல்வான். செல்லும்போது, தாம் திறமையுடன் தமது வயலெல்லாம் உரமேற்றத் தகுதியான ஆடுகளையுடைய ஆயர்களை அழைத்துவருவேன் என்று சொல்லிச் செல்வான். பள்ளன், பண்ணையாருக்கு மறுமொழியாக,

> **திட்டமுடன் சிவகிசிச் செவ்வேள் பண்ணை உரமேற்ற**
> **மட்டிலாத ஆடுகொண்டு வருவேன்**

(வையாபுரி.105:1-2)

என்று கூறியபடி ஆயர் தங்கிருக்கும் மனைதேடித் பள்ளன் புறப் படுகிறான் என்று வையாபுரிப் பள்ளு குறிப்பிடுகிறது. மேலும் முக்கூடற்பள்ளு பள்ளனது மறுமொழியை,

மையப்புயல்போலும் வடிவழகர் பண்ணைவயல்
அப்படியே தப்பாமல் ஆடுவைக்க வேணுமென்றே
ஒப்பரிய பள்ளன் உவந்து பண்ணை யாண்டவனார்
செப்பியவாறு ஆயர்மனை தேடி நடந்தானே *(முக்கூடல்.75:1-4)*

என்று குறிப்பிடுகிறது. முக்கூடலில் உள்ள பண்ணை வயலெல்லாம் உரமேற்ற பொழுது சாய்வதற்குள் ஆட்டுக்குட்டிகளையும் சிறுசிறு குடில்களையும், ஆட்டுப்பட்டிகளையும் கொண்ட ஆயர்களை அழைத்துவரப் பள்ளன் புறப்பட்டான். இதனை,

பாக்கியம் மிகுந்த தென்னிளசைப்
பண்ணை வயலுறமேற்ற
சீக்கிரத் திலாடு கொண்டு
திரும்புவே னாண்டே

அட்டி யேதனி யான்சென்
றாயரிட முரைத் தாட்டைக்
கெட்டியாய் வயல்தோறுங்
கிடை வைப்கே னாண்டே
...
மேழிகையில் பிடித்துழுது
வீட்டுக்கு மாட்டை விடும்
நாழீ கையலாடு கொண்டு
நான் வருவேனாண்டே

(எட்டை.114:1-12)

என்று எட்டையபுரப் பள்ளு குறிப்பிடுகிறது.

ஆயர் வருகை

பள்ளன், ஆயரிடம் சென்று கிடை வைக்க வரும்படி அழைத்தவுடன் ‘தானும் வாரேன் வாரோமென்று தங்கள் தங்கள் ஆடுகளும் குட்டிகளும் குடாப்புகளும் கொண்டு சேகரித்துக்கொண்டு பட்டிப்போட’ வந்தனர். ஆட்டுக் கிடை அமர்த்துவதற்குத் தேவையான பொருட்களுடன் ஆடு, ஆட்டுக்குட்டி, ஆட்டுக்குட்டிகளைக் கவிழ்க்க வைத்திருக்கும் குடாப்பு, கிடைக்கால் இவற்றை எடுத்துக்கொண்டு, கைகளில் பெரிய தடிகளைச் சுழற்றிக்கொண்டு, சினம்கொண்டவரைப்போலச் சிங்கமென நடந்து வந்தனர் என்று பள்ளு இலக்கியங்கள் ஆயரை அறிமுகப்படுத்துகின்றன.

ஆயர்கள் வரும் காட்சியை,

கண்டார் பயப்படத் கையிற் சுழற்றுதடி
செண்டாடிக் கொண்டு பள்ளன் சென்றழைத்த சொற்படியே

(முக்கூடல்.81:1-2)

வந்தனர் என்று முக்கூடற்பள்ளும்
சிங்கேறுபோல் நடந்து செங்கைத் தடி சுழற்றி
வெங்கோபம் கொண்டு பள்ளன் விண்டழைத்த சொற்படியே

(எட்டை.115:1-2)

வந்தனர் என்று எட்டையபுரப் பள்ளும் குறிப்பிடுகின்றன. மேலும்,

கதிக்கும் கோவிற் குடியான பேய்வெட்டி
காளைக் கோனும் கனதுகை ஆடும்
குதிக்கும் சேர் இளம் குட்டியும் குட்டிக்
குடாப்புடன் கிடைக்காலும்தான் கொண்டு *(கண்ணுடை.78:1-4)*

ஆட்டுக்கிடை அமர்த்த இடையர்கள் வந்துசேர்ந்தனரென்று கண்ணுடையம்மன் பள்ளு குறிப்பிடுகிறது.

ஆயரது தோற்றம்

வயலில் கிடை அமர்த்துவதற்கு வரும் ஆயரின் தோற்றத்தையும் குணத்தையும் அவர்கள் ஆட்டினை ஓட்டிச்செல்லும் நடையையும் எட்டையபுரப் பள்ளு குறிப்பிடுகிறது.

பட்டைநாமம் போட்டுக்கொண்டு
பல்லைப் பல்லைக் காட்டிக்கொண்டு
குட்டியும் ஆட்டையும் ஓட்டிக்கொண்டு
கோனார் வந்து தோன்றினாரே
கையில் கடைகோல் தூக்கிக்கொண்டு
கம்பால் ஆம்டைத் தாக்கிக்கொண்டு
நெய்யின் முடைகள் வீசவீச
நெட்டைக் கோனார் தோன்றினாரே
முடுக்கி ஆட்டைத் துரத்திக்கொண்டு
முன்னும் பின்னும் நிரத்திக் கொண்டு
தடிக் கம்பையும் ஊன்றிக்கொண்டு
தன்மக்கோனார் தோன்றினார்
ஒற்றையில் அப்பின ஆட்டை
யூசூசூ என்று ஓட்டிக்கொண்டு

குற்றம் சற்றும் இல்லாமல் எட்டக்
கோனார் வந்து தோன்றினாரே   (எட்டை. 116:1-16)

இடையர்கள் பட்டை நாமம் போடுபவர்கள் என்றும், கையில் தடியை வைத்துக்கொண்டு அதை வீசியபடி, நரைத்த தம் மீசையை முறுக்கிக்கொண்டு நடப்பர் என்றும், துவளுமளவுக்குப் பாசி சட்டையை அணிந்திருப்பர் என்றும் வையாபுரிப் பள்ளு குறிப் பிடுகிறது.

இடையரது மேனி பால் மணம் வீசும் என்றும், உடலில் பதி னெட்டு இடங்களில் நாமமிட்டிருப்பர் என்றும் ஒரு கையில் கோலும் மறுகையில் பால் கறக்கும் கடைக்காலும் கொண்டிருப்பர் என்றும் முக்கூடற்பள்ளு குறிப்பிடுகிறது.

கிடைப் பெருமை

ஆயர்கள் தங்களது ஆட்டின் வளத்தையும் எந்தச் சூழலையும் எதிர்கொள்ளும் தன்மையையும் பெருமையாகப் பேசுவர். இதனை,

வந்த கோனார்கள் தம்மை வாஞ்சையுடனே குடும்பன்
சிந்தை மகிழ்ந்து பண்ணைச் செய்யில் உரமேற்றுமென்ன
விந்தையுடன் சொல்லுமந்த வேளையினில் கேள் எனவே
தந்திரமாய் ஆட்டின் தகமையது சொல்லுவானே   (எட்டை.117:1-4)

என்று எட்டையபுரப் பள்ளு தெரிவிக்கிறது.

தங்களுடைய ஆடுகள் அனைத்தும் குறும்பாடுகள் என்றும், பாம்பும் புலியும் ஆட்டை ஒன்றும் செய்துவிட முடியாது என்றும், யாதக்கோனின் கிடையில் புகுந்த பாம்பு ஒன்று மிதிபட்டுப்போனது என்றும் இந்நிலப்பகுதியில் வழிவழியாகத் தாம்தான் கிடை வைத்து வருவதையும் பெருமையுடன் கூறுவர். இதனை,

பூதக்கோன் புரியாட்டைச்
சோதித்தே ஒரு பாம்பும்
புலியும் காத்திருக்குது
கலிகண்டாய் குடும்பா
யாதக்கோன் கிடைதானும்
சீதத் தண்ணீரும் கொண்டே
அவன் ஆட்டைக் கண்ட பாம்பு
துவைபட்டுச் சென்றதே   (வையாபுரி.110:1-8)

என்று வையாபுரிப்பள்ளும்,

> நாதக்கோன் முக்கூடல்
> ஆதிக்கோன் பண்ணைவயல்
> நானடா உரமேற்றும்
> கோனடா குடம்பா   (முக்கூடல்.83:13-16)

என்று முக்கூடற்பள்ளும் குறிப்பிடுகின்றன.

கிடை அமர்த்துதல்

ஆயர்கள் தனித்து வராமல் பலரோடும் சேர்ந்துவந்து கிடை வைத்ததை உணரமுடிகிறது. சிறியளவிலான ஆட்டுத் தொகுதியில் பெரும்பலனில்லை ஆகையால், பலரோடும் சேர்ந்து பெரிய ஆட்டுத் தொகுதியாக வயலில் கிடை அமர்த்துவர். இடையர்கள் எங்கெங்குக் கிடை வைத்தனர் என்பதை,

> பரம்பரம் வரும் பண்ணைக் கிராமம்
> மெச்சு செந்நெல் குடி இலுப்பைக்குடி
> மீதமுள்ள வயல் நிலமெல்லாம்
> நிச்சயம் செய்து இடையர் வகுப்பில்
> நித்தம் நூறுகிடையாடு அமைத்தே
> இச்சையாய் இருபத்தோரு நாள் வயல்
> எல்லாம் நான் உரமேற்றினேன் ஆண்டே   (கண்ணுடை.79:2-8)

என்ற பாடலடிகள் தெரிவிக்கின்றன.

ஒரு கிடையில் நூறு ஆடுகள் இருக்குமென்றும், அவற்றை இருபத்தொரு நாட்கள் வயலில் கிடை அமர்த்துவர் என்றும் இதன் மூலம் பெறப்படுகிறது.

எருமைக் கிடை, வாசுதேவநல்லூர், திருநெல்வேலி.

கிடை விவரம்

உழவு நிலங்களில், தோட்டங்களில் என எங்கெங்குக் கிடை அமர்த்தப்பட்டன என்பது பற்றிய தகவல்களைச் செங்கோட்டுப்பள்ளு குறிப்பிடுகிறது.

> ஆலடியிலும் குருந்தடியிலும் ஆத்தியடியிலும்
> ஆதிக்கோன் கிடை போட்டினருந்தனன்...
>
> வட்டமூலை வயலிலும் திருநட்ட நிலத்திலும்
> வளரும் அன்பரிடத்திலும் புகழ்மாறன் பதியிலும்
> அட்டகோணமும் அளவிலா விளையாட்டை நிறுத்தியே
> அம்பலப் பட்டியாகினர் திருவம்பலக்கோனார்
> கொடிமுல்லையிலும் மருதநிலத்திலும் குறிஞ்சி நிலத்திலும்
> குளிர் நெய்தலிலும் பாலை நிலத்தில் கோவிந்தக் கோனார்
> வடிவினில் சகத்திர விழியுறு மருத்துவக் கோனார்
>
> ஆதிக்கோன் கிடை பாலைக் கிழத்தியாள் சிற்றிடைச்சியும்
> அங்கங்கே கிடைபோட்டு இருந்திடும் மாயங்கள் அறிவேன்

(செங்கோ.523-526)

இப்பாடலடிகளின் மூலம், ஆலமரத்தடியிலும், குருந்தமரத்தடி யிலும், ஆத்தி மரத்தடியிலும், வட்ட மூலையுடைய வயலிலும், திருநட்ட நிலத்திலும், முல்லை, மருதம், குறிஞ்சி, நெய்தல், பாலை ஆகிய நிலங்களிலும் கிடை அமர்த்தி நிலத்தை வளப்படுத்தினர். வயலில் கிடை அமர்த்தும்போது உடன் இடைச்சியரும் இருப் பதையும் அறியமுடிகிறது.

செம்மறி ஆட்டுக்கிடை, சிவகிரி, திருநெல்வேலி

ஆயர்கள் ஆட்டினைக் கிடை அமர்த்தியதாகவே பாடல் பதிவு களுள்ளன. மாட்டினைப் பேணும் கோவலர்கள் கிடை அமைத்தமைக் கான குறிப்புகளைப் பள்ளு நூல்களில் காண முடியவில்லை.

கருவிகள்

சங்க இலக்கிய காலக்கட்டத்துக்குப் பிறகு தோன்றிய இலக்கியங் களில் குழலும் கோலுமே முதன்மைத்துவம் பெற்றிருக்கின்றன. எனினும் பல சிறு கருவிகளையும் காணமுடிகிறது.

பதினெண் கீழ்க்கணக்கு நூல்களில் கார்நாற்பது, ஐந்திணை ஐம்பது, ஐந்திணை எழுபது, திணைமொழி ஐம்பது, திணைமாலை நூற்றைம்பது, கைந்நிலை, திருக்குறள் ஆகிய நூல்களில் கோவினத் தாயர் மற்றும் புல்லினத்தாயர் குறித்த செய்திகள் காணக் கிடைக்கின்றன.

முல்லை நிலமானது கார்காலத் தொடக்கத்தில் மிகுதியான மழைப்பொழிவைப் பெற்று, தழைத்தோங்கிச் செழித்திருந்தது என்ப தையும் ஆங்கு ஆவினங்களைக் காப்பாரது இனிய குழலோசை ஒலித்துக்கொண்டே இருந்ததையும்,

கானந்தலை செயக் காப்பார் குழற்றோன்ற (*திணைமா.122:1*)

என்ற பாடலடி மூலம் அறியமுடிகிறது. ஆக்களைக் காக்கும் கோவலர், ஆட்டினங்களைக் காக்கும் இடையர் முதலானோரின் குழல் வாசிப்பையும், மாலையில் தம் நிரைகளோடு ஊர் திரும்பும் காட்சியும் பதினெண் கீழ்க்கணக்கு நூல்களில் காணமுடிகிறது.

கோவினத்தாயர்கள், கதிரவன் மேற்கு மலைத்தொடரில் மறையும் போது தோன்றும் செவ்வானம் சூழ்ந்த மாலைப் பொழுதில் தம்முடைய பசுக் கூட்டங்களுக்குப் பின்னால் மிக்க மகிழ்ச்சியோடு புல்லாங்குழலை இனிமைபட இசைத்தபடிச் செல்வர். இதனை,

தேரோன் மலைமறைந்த செக்கர்கொள் புன்மாலை
ஆர்ஆன்பின் ஆயன் உவந்து ஊதும் – சீர்சால்
சிறு குழலோசை (*ஐந்.ஐம். 7:1-3*)

என்ற பாடலடிகள் குறிப்பிடுகின்றன. ஆயர்கள் பசுக் கூட்டங்களை முன்னே செலுத்தி, ஆம்பல் என்னும் புல்லாங்குழலை இசைத்தபடி செல்வதை,

ஆயர்இனம் பெயர்த்து ஆம்பல் அடைதர *(திணை.ஐம். 27:1)*

என்ற பாடலடி குறிப்பிடுகிறது. இக்குழலோசையானது பிரிந்திருப் போருக்கு நெருப்பைப்போல் சுடும் மாலைப் பொழுது வந்துற்றதை உணர்த்துவதற்குத் தூதாக வந்ததென்பதை,

அழல்போலும் மாலைக்குத் தூதாகி ஆயன்
குழல்போலும் கொல்லும் படை *(குறள்:1228)*

என்ற குறளடிகள் அறிவுறுத்துகின்றன.

ஆநிரைகள் வரிசையாக முன்னே செல்ல, கொன்றைப் பழத்தைத் துருவித் துளைத்து செய்த குழலினை இசைத்துக்கொண்டு கோவலர்கள் பின்னே செல்லும் அந்திவேளை காட்சியை,

கொன்றைக் குழலூதிக் கோவலர் பின்னிசைத்துக்
கன்றம ராயம் புகுதர *(ஐந். எழு. 22:1-2)*

என்ற அடிகள் காட்டுகின்றன. அக்குழலோசையானது துன்பத்திலிருப் போருக்குக் கொடுமையான ஓசையாக இருக்குமென்பதை

கொன்றை கொடுகுழ லூதிய கோவலர்
மன்றம் புகுதரும் போழ்து *(கைந்.30:3-4)*

என்ற கைந்நிலை பாடலடிகள் உணர்த்துகின்றன.

ஆட்டினங்களை மேய்க்கும் இடையர்கள் ‘பால்வாய் இடையர்’ *(கைந்.35)* எனக் குறிப்பிடப்பட்டுள்ளனர். இவர்கள் கார்கால மழை யில் தாம் நனைந்துவிடாமல் இருக்க உதவும் ஓலைப்படலையும் படுத்துறங்கப் பறி என்னும் படுக்கையையும் கொண்டிருப்பர். ஆடு களைப் பிரித்துவைக்க வைத்திருக்கும் பிரியோலையை, இரவு நேரங்களில் இரைதேடி வரும் நரிகளை விரட்டுவதற்குப் பயன் படுத்துவர். அப்பிரியோலையை அசைத்து நரிகளை அதட்டும்போது அவை அஞ்சி ஓடும். இக்காட்சியை,

பறியோலை மேலொடு கீழா விடையர்
பிறியோலை பேர்த்து விளியாக் கதிப்ப
நரியுளையும் யாமத்தும் *(திணை. நூற்.113:1-3)*

என்னும் பாடலடிகள் காட்டுகின்றன. மாலைப் பொழுதில் இவ்விடையர், இனிமையான தீங்குழலை இசைப்பர் என்பதை,

பால்வாய் இடையர்
தெரிவிலர் தீங்குழல் ஊதும்பொழுது *(கைந். 35:2-3)*

என்ற பாடலடிகள் உணர்த்துகின்றன.

பக்தி இலக்கியங்களில், ஆனாயநாயனார் கோலும் குழலும் வைத்திருந்ததைப் பெரிய புராணம் குறிப்பிடுகிறது. நாலாயிரதிவ்ய பிரபந்தங்கள், கோவலர்கள் தாழைக் குடையை வைத்திருந்ததையும் அதனை வெயிலுக்குக் குடையாய்ப் பயன்படுத்தியதையும் அறிவிக் கின்றன (திருப்.258). இளைய எருதுகளை மேய்ச்சலுக்கு அழைத்துச் செல்லும்போது அவற்றின் கழுத்துமணி ஓசை எழுப்பும் என்பதையும், கோவலர்கள் தம் கைகளில் கோடரியும் புல்லாங்குழலும் வைத் திருப்பர் என்பதையும்

மேட்டுஇளமேதிகள் தளைவிடும் ஆயர்கள்
வேய்குழல் ஓசையும் விடைமணிக்குரலும்
ஈட்டிய இசை திசை பரந்தன *(திருப்பள்ளி. 920:1-3)*

என்ற அடிகள் மூலம் தொண்டரடிப் பொடியாழ்வார் குறிப்பிடுகிறார்.

கோவலர்கள், பசுவிடம் கறந்த பாலைக் காவடிகளில் தூக்கி வருவர் என்பதையும் (திருப்.227), கயிறுகளால் பின்னப்பட்ட உறி களையும், கடினமான தடிகளையுடைய கோடரியினையும், தாழைப் பாய்களையும் கொண்டிருப்பர் என்பதையும் காணமுடிகிறது. இதனை,

கொண்ட தாள்உறி கோலக்கொடு மழுத்
தண்டினர் பறியோலைச் சயனத்தார் *(திருப். 17:1-2)*

என்று குறிப்பிடுகிறார் பெரியாழ்வார்.

வெட்சிப்போர்

சீவகசிந்தாமணி, வேடவர்களுக்கும் ஆயர்களுக்கும் இடையே நிகழ்ந்த வெட்சி – கரந்தைப் போரினைக் குறிப்பிடுகிறது

ஆநிரைக் கவரப்பெறுதல்

மலைப் பகுதிகளில் வேட்டைத் தொழில் புரிந்துவாழும் வேடர்கள், ஆயர்களது ஆநிரைகளைக் கவர்ந்துகொள்ளும் செயலைத் திருத்தக்க தேவர் எடுத்துரைக்கிறார். தொடக்கக் காலத்தில் நிரை கவர்தலும் மீட்டலுமான போர்கள் இவ்வாறே நிகழ்த்தப்பெற்றன என்பது கண்கூடு.

ஆயர்களது ஆநிரைகள் இளவேனிற் காலத்தில் மலைப்பகுதிகளுக்கு மேய்ச்சலுக்கு வரும்போது, முன்பே திட்டமிட்டபடி வேடர்கள் அவற்றைச் சூழ்ந்து நின்று, ஆயர்களுடன் போர் செய்து பசுக் கூட்டங்களைக் கவர்ந்துகொண்டனர் என்பதையும் வேடர்களது தாக்குதலை எதிர்கொள்ள முடியாமல் ஆயர்கள் மத்திடைப்பட்டத் தயிர்போலச் சிதறியோடியதையும் திருக்கத்தேவர் எடுத்துரைக்கிறார். *(சீவக.415-423)*

ஆயர்களின் மூலாதாரமான ஆநிரைகள் கவரப்பெற்றச் செய்திக் கேட்ட ஆய்ச்சியரின் துன்ப நிலையையும் புலம்பலையும் பாடல்கள் எடுத்துரைக்கின்றன.

தயிர்க்கடையும்போது தெறித்துவிழும் தயிர்ப்புள்ளிகள் மொய்த் திருக்கும் தோள்களையுடைய ஆய்ச்சியர்கள் *(சீவக.423)*, வலையில் சிக்கிய மான்போலவும் மயில் போலவும் துன்புற்றனர். மார்பில் கிடந்த முத்துமாலை, கூந்தலில் சூட்டியிருந்த முல்லை மலர் மாலை யுடன் சிக்குற வயிற்றில் அடித்துக்கொண்டு அழுதனர் என்பதை,

வலைப்படு மான்என மஞ்ஞை யெனத்தம்
முலைப்படு முத்தொடு மொய்க்குழல் வேய்ந்த
தலைப்படு தான்மலர் மாலை பிணங்க
அலைத்த வயிற்றின ராய்அழு திட்டார் *(சீவக.424)*

என்ற பாடல் உணர்த்துகிறது. மேலும், தொழுவத்தில் கட்டப் பட்டிருந்த இளங்கன்றுகளைத் தழுவிக்கொண்டு ‘இனி நீர் எங்ஙனம் வாழ்வீர்? நும் அன்னையரை வேடர்கள் கவர்ந்துகொண்டு போயினரே’ என்று கதறியழுவதன் மூலம் அவர்களின் இரக்க இயல்பை அறிய முடிகிறது. இதனை,

எம்அனை மார்இனி எங்ஙனம் வாழ்குவீர்
நும்அனை மார்களை நோவ அதுக்கி
வெம்முனை வேட்டுவர் உய்த்தன ரோஎனத்
தம்மனைக் கன்றொடு தாம்புலம் புற்றார் *(சீவக.425)*

என்ற பாடல் அறிவுறுத்துகிறது.

ஆநிரைகளை மீட்கச் சென்ற ஆயர்படை, தம் கோடரியும் குழலும் தெரித்துவிழ *(சீவக.422)*, வேட்டுவர்களிடம் தோல்வியுற்றதை அறிந்து, தயிரும் பாலும் நெய்யும் கலந்து ஆறுபோல் ஓடும் இடைச்சேரி, மிக்கத் துன்பமுற்றது என்று கோவிந்தையார் இலம்பகம் குறிப்

பிடுறது. ஆயர்கள் தம்மைக் காத்துக்கொள்ளும் பொருட்டு, ஆயர்-படைவீரர்களைக் கொண்டிருந்தனர்.

ஆயர்களுக்கென அரசன் ஒருவன் இருப்பதையும், ஆநிரை கவரப்பெற்றதை அறிந்து, தம்முடைய படைவீரர்களை அனுப்பி அவற்றை மீட்டுவர முயன்றதையும் இங்கு அறிகிறோம். அப் படையும் வேடர்களிடம் தோல்வியுறவே, அவ்வாநிரைகளை மீட்டு வருவோருக்குத் தம் மகளையே மணமுடித்துத் தருவதாக அறிவிப்ப திலிருந்து, கால்நடைகளின் செல்வாக்குப் புலப்படுகிறது.

மலர் சூடுதல்

பதினெண் கீழ்க்கணக்கு நூல்களில் ஆயர்கள் மிகச் சிறந்த பூமாலை யினைச் சூடியிருப்பர் என்றும் அம்மாலையினை வண்டுகள் சூழ்ந்து ஆரவாரிக்கும் என்றும்,

> **குருந்தலை வான்படலைசூடிச் சுரும்பார்ப்ப**
> **ஆயன் புகுதரு போழ்து** (ஐந். எழு. 26:1-2)

என்ற பாடலடிகள் மூலம் அறியமுடிகிறது.

காப்பியங்களில் ஆயர்களது சுற்றுச்சூழல் விவரிக்கப்பட்டுள்ளது. சீவகசிந்தாமணியில் ஆயர்கள் வாழும் பகுதியில் கார்கால வரவைக் கண்டு முல்லை மலர்கள் பூக்கலாயின என்றும், அவ்வாறு பூத்து நிறைந்த பூக்களைப் பசுக்கூட்டங்கள் தங்களை அணையவரும் கன்றுகள் என்று நினைத்து தம் மடிசுரந்து பால்பொழியும் என்றும்,

> **சில்அம் போதின்மேல் திரைந்து தேனுலாம்**
> **முல்லை கால்எனப் பூப்ப மொய்ந்நிரை**
> **புல்லு கன்றுஉளிப் பொழிந்து பால்படும்** (சீவக. 413)

என்ற அடிகள் உணர்த்துகின்றன.

ஆயமகளிரும் ஆய ஆடவரும் தம்முடைய செறிந்த கூந்தலில் குளிர்ந்த முல்லை மலர்மாலையை அணிந்திருந்தனர் என்றும் (சீவக. 424,485), அம்முல்லை மாலைகளைப் பற்களால் கிழித்த நாரினால் சேர்த்துத் தொடுத்திருந்தனர் (சீவக.438) என்பதையும் பாடல்கள் மூலம் அறியமுடிகிறது.

நம்பிக்கைகள்

ஆயர்களிடையே செய்வினைப்பயன் குறித்த நம்பிக்கையும், சகுனம் பார்க்கும் வழக்கமும் இருந்துள்ளதை அறியமுடிகிறது. சிலம்பும்

சீவகசிந்தாமணியும் ஆயர்கள் நம்பும் தீய சகுனங்களைக் குறிப்பிடு கின்றன.

செய்வினைப்பயன்

ஆயர்களிடையே செய்வினைப்பயன் குறித்த நம்பிக்கையைத் திணைமாலை நூற்றைம்பது பதிவுசெய்துள்ளது. இப்பிறப்பில் செய்யும் வினைப்பயனை இப்பிறப்பிலேயே ஒருவன் அடைவான் என்றும், இதனை அறியாத அறிவிலிகளே மறுபிறப்பில் வினைப் பயனை எய்துவர் என்றும் கூறுவர் என்பதை,

> **இம்மையாற் செய்`ததை இம்மையே ஆம்போலும்**
> **ஓரார் உம்மையே ஆம் என்பார்** *(திணை.நூற்:123:1-2)*

என்ற பாடலடிகள் மூலம் அறியமுடிகிறது.

தீய நிமித்தங்கள்

நிமித்தங்கள் மூலம் தமக்கு வரப்போகும் துன்பங்களை உய்த் துணரும் இயல்பினர்களாகச் சிலப்பதிகாரத்தில் ஆயர்கள் காட்டப் பட்டுள்ளனர். நெய்யளக்கும் முறைக்காகத் தயிர்த்தாழியருகே கயிறும் மத்துமாக வரும் மாதரியும், அவள் மகள் ஐயையும் அடுத்தடுத்துக் காணும் காட்சிகளைத் தீய நிமித்தங்களாக உணருகின்றனர்.

தயிருக்காகக் குடங்களில் உரையிடப்பட்டிருந்த பால் தோயாம லிருப்பதையும், தொழுவில் கட்டப்பட்டிருந்த எருத்தின் கண்களி லிருந்து நீர் வழிந்து கொண்டேயிருப்பதையும் உரியிலே வைத்த வெண்ணெயை உருக்கினாலும் உருகாமலிருப்பதையும் ஆட்டுக் குட்டிகள் தம் துள்ளலை மறந்து சோர்ந்திருப்பதையும் பசுக்கள் கதறுவதையும் அவற்றின் கழுத்து மணிகள் நிலத்தில் அறுந்து கிடப்பதையும் கண்ட மாதரி, ஏதோ தீமையொன்று வரப்போகிறது என்பதை அறிகிறாள். இதனை,

> **குடப்பால் உறையா குவிஇமில் ஏற்றின்**
> **மடக்கண்ணீர் சோரும் வருவது ஒன்றுண்டு**
> **உறிநறு வெண்ணெய் உருகா உருகும்**
> **மறி தெறித்து ஆடா வருவது ஒன்றுண்டு**
> **நான்முலை ஆயம் நடுங்குபு நின்று இரங்கும்**
> **மான்மணி வீழும் வருவது ஒன்றுண்டு** *(சிலம்பு:2.17:11-16)*

ஆகிய அடிகளின் மூலம் அறிவுறுத்துவதன் மூலம் அறியமுடிகிறது.

சகுனம் பார்த்தல்

ஆயர் மன்னர்களிடம் மிகப்பெரிய ஆநிரைக்கூட்டங்கள் இருந்துள்ளன. பிற ஆயர்களது ஆநிரைகளுக்கும் அரசனே பாதுகாவலனாக இருந்துள்ளான். ஆயர்கள் மலைப்பகுதிகளில் ஆநிரைகளை மேய்ச்சலுக்காக ஓட்டிச்செல்வர். தொகுதியான அக்கால்நடைகளுக்கு இடையே காரிப்புள் என்னும் பறவை பறந்தால், அது அழிவுக்கான அறிகுறியாகக் கருதினர். எனினும், அழிவு கருதி, ஆக்களைப் பட்டினி போட முடியாததாகையால் காவலை அதிகப்படுத்தி இளவேனிற் பருவத்தில் மலைப்பகுதிகளில் மேய்ச்சலுக்கு அவற்றைச் செலுத்துவர்.

விளையாட்டு

ஆய ஆடவர்களின் வீரவிளையாட்டான ஏறுதழுவலைச் சிலப்பதிகாரம் பதிவுசெய்துள்ளது. ஆயமகளிர் குரவையாடுதல், சிற்றில் இழைத்தல், நீராடல் போன்ற விளையாட்டுகளை நிகழ்த்தியுள்ளமைப் பற்றியும் இலக்கியங்கள் விவரிக்கின்றன.

குரவையாட்டம்

சிலப்பதிகாரக் காலக் கட்டத்தில் ஆயர்களிடையே இருந்த குரவையாட்ட முறைகளையும் குரவையாடுவதற்கான காரணங்களையும் ஆய்ச்சியர் குரவை பதிவுசெய்துள்ளது.

குரவையாடுவதால் பசுக்களுக்கும் கன்றுகளுக்கும் தமக்கும் வந்துற்ற துன்பம் ஒழியும் என்று நம்பப்பட்டது. ஆட்டத்தின் பாடுபொருளாக ஏறுகோள் நிகழ்ச்சியும், கண்ணன் தன் அண்ணன் பலராமனோடு விளையாடிய பிள்ளைப்பருவ நாடகங்களும், நப்பின்னையோடு கண்ணன் ஆடிய ஆட்டங்களும் இருந்தன.

ஆட்டமுறை

ஏழு பெண்களால் நிகழ்த்தப்படும் ஆட்டவகை குரவையாகும். இவ்வேழு பெண்கள் வரிசையாக நிறுத்தப்பட்டு ஒவ்வொருவருக்கும் புனைப் பெயரிடப்படும். இவர்களில் மூவர் மாயவனாகவும் பலராமனாகவும் நப்பின்னையாகவும் பாத்திரமேற்பர். மாயவனாக நிற்பவளின் தோளில் துளசி மாலையைச் சூட்டி, கூத்த நூலில் கூறியுள்ளபடி குரவையாடுவர். ஏழு பெண்களும் முதலில் சம நிலையாக நின்று நடுவிரலையும் மோதிர விரலையும் முன்னால் மடக்கி மற்ற இரண்டு விரல்களையும் கோர்த்து, ஒவ்வொருவரும் மற்றவரது கரம் பிணைத்து வட்டமாக வளைந்து ஆடுவர்.

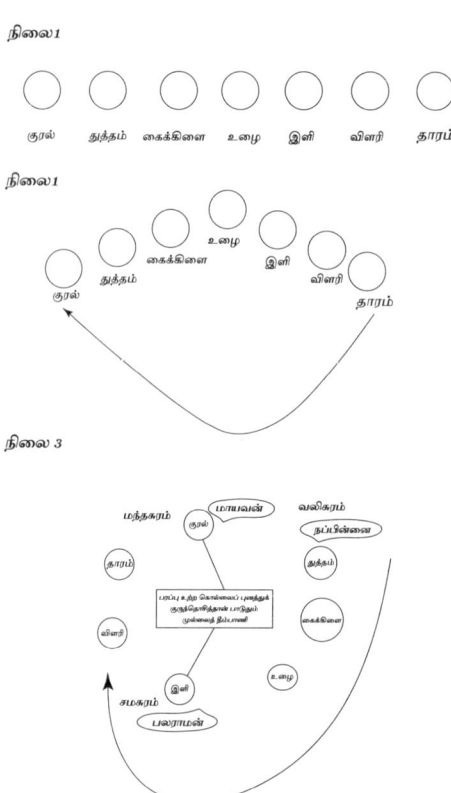

நிலை1

நிலை1

நிலை 3

ஏழு பெண்களுக்கும் சிலப்பதிகார ஆய்ச்சியர் குரவை, குரல், துத்தம், கைக்கிளை, உழை, இளி, விளரி, தாரம் என்று பெயரிட்டுள்ளது. இதில் குரல் மாயவனாகவும், துத்தம் நப்பின்னையாகவும், இளி பலராமனாகவும் பாத்திரமேற்பர். குரல் (மாயவன்), இளியை (பலராமனை) நோக்கி, 'பரப்பு உற்ற கொல்லைப்புனத்துக் குறுந் தொசித்தான் பாடும் முல்லை தீம்பாணி' என்று கூறிக் குரவை யாட்டத்தைத் தொடங்குவர். இங்குக் குரலும் விளரியும் மத்த சுரத்திலும், துத்தம் வலிசுரத்திலும் இளி சமசுரத்திலும், பாடுவர். மேலும், துத்தத்தோடு பாடுதலில் துணையாக விளரி இணைந்து கொள்வர்.

குரவையாட்டப் பொருண்மைகள்

குரவையாட்டத்துக்கு ஏறுதழுவலும், கண்ணனது இளம்பருவ நிகழ்வுகளும் புராணக்கதைகளும் பாடுபொருள்களாக உள்ளன.

சிலப்பதிகாரத்தில் ஏறுதழுவல்

சங்க இலக்கிய கலித்தொகை – முல்லைக்கலிக்குப் பிறகு சிலப்பதிகாரத்தின் ஆய்ச்சியர் குரவையில் ஏறுதழுவல் சுட்டப்பெற்றுள்ளது. ஆயர் பெண்கள் சிறுவயது முதல் வளர்த்துவரும் காளையைத் தழுவி வெல்லும் ஆய வீரரையே மணந்தனர். இதனைச் சுட்டும் வகையில்,

> தொழுவிடை ஏறுகுறித்து வளர்த்தார்
> எழுவர் இளங்கோதையார்   (சிலம்பு.2.17:எ.கா.)

என்கிறது ஆய்ச்சியர் குரவை. மேலும் தொழுவில் பலவகை காளைகள் நிறுத்தப்பட்டிருந்தன என்பதையும் அறியமுடிகிறது.

காரி எருத்து, நெற்றியில் சுட்டியுடைய காளை, நுண்ணியப் புள்ளி களையுடைய வெள்ளைக் காளை, பொன்னிறப் புள்ளிகளை யுடைய வெள்ளைக்காளை, வெற்றி மிக்க இளைய காளை, தூய வெள்ளை நிறமுடைய காளை எனப் பல்வேறு காளைகளை ஆயரிளைஞர்கள் தழுவி, அக்காளைக்குரிய பெண்களை மணந்தனர் என்பதை ஆய்ச்சியர் குரவை தெளிவுப்படுத்துகிறது.

இங்குப் பெண்களை வரைவதையே முதன்மை நோக்கமாகக் கொண்டு ஏறுதழுவல் நிகழ்த்தப்பெற்றதை உணரமுடிகிறது.

குரவையுள் புராணக் கதைகள்

மாயவனின் இளமைகால விளையாட்டுகள், குரவையின் பாடு பொருளாக விரிகின்றன. இதில் பல்வேறு புராணச் செய்திகள் இடம்பெற்றுள்ளன.

கண்ணன், வஞ்சனையாக வந்து நின்ற கன்றினைக் குறுந்தடியாகக் கொண்டு விளாமரக் கனியினை உதிர்த்த நிகழ்வும், வாசுகி என்னும் பாம்பைக் கயிறாகக் கொண்டு மேரு மலையை மத்தாக்கிக் கடலைக் கடைந்த நிகழ்வும், வஞ்சகமாக வந்து நின்ற குருந்த மரத்தினை முறித்த நிகழ்வும், யமுனையில் நீராடிய பெண்களின் ஆடையை ஒளித்து வைத்து விளையாடிய ஆட்டமும் காளிந்தியாற்றில் நப்பின்னையின் உள்ளத்தைக் கவர்ந்த நிகழ்வும் பாடல்களாகப் பாடப்பெற்று குரவையாட்டம் நிகழ்த்தப்பெற்றது.

ஏறுதழுவலின் வளர்ச்சி

சங்க இலக்கிய காலக்கட்டத்தில் நிகழ்த்தப்பெற்ற ஏறுதழு வலுக்கும், சிலப்பதிகார காலக்கட்டத்தில் நிகழ்த்தப்பெற்ற ஏறுதழு

வலுக்கும் இடையே மிகப்பெரிய வேறுபாடுகள் அல்லது வளர்ச்சி நிலையைக் காணமுடிகிறது.

ஏறுதழுவலின் தொடக்கத்தில் ஊர்முதுபெருந் தெய்வங்களை வணங்கித் தொழுபுகும் காட்சியும், சூளுரைத்து காளையைத் தழுவும் காட்சியும் இயல்பாகச் சங்க இலக்கிய காலத்தில் காணமுடிந்தது. வரைவு பொருட்டு நிகழ்த்தப்பெறினும், காளையைத் தழுவும் வீரம் மிகச் சிறப்பாகப் பாடல் முழுமையும் பேசப்பட்டது. ஏறுதழுவல் முடிந்த பிறகு, வீரர்களும் அவர்களுக்குரிய பெண்களும் இணைந்து அவர்தம் வீரத்தைப் புகழ்ந்து ஆடிபாடி குரவையாடியதைக் காண முடிகிறது.

சிலப்பதிகாரக் காலக்கட்டத்தில் ஏறுதழுவல் நிகழ்வு ஆயரிடம்தான் வழக்கிலிருந்தது. இப்போதும் திருமணம், முதன்மை நோக்கமாக இருந்தது. குரவையாட்டம் முழுக்கமுழுக்க காளையைத் தழுவிய வீரரின் புகழைப் பாடாமல் முல்லை நிலக் கடவுளாகத் திருமாலின் பெருமைகளைக் கொண்டே நிகழ்த்தப்பெற்றது. கண்ணனது பிள்ளைப்பருவ நிகழ்ச்சிகள் குரவையாட்டப் பாடுபொருள்களாக மாற்றம் பெற்றன. எனினும், குரவையாட்ட முடிவில் பாண்டிய மன்னனையும் தெய்வத்தையும் பரவும் மரபு பேணப்பட்டது.

ஆயமகளிர் மண்வீடு இழைத்து விளையாடுபவர்களாகவும், நீராடும்போது மஞ்சளை மேனியில் பூசிக்கொள்பவர்களாகவும் பக்தி இலக்கியங்கள் சித்திரிக்கின்றன. *(திருப்.231)*

வழிபாடு

ஆயர்களிடையே இயக்கி வழிபாடும் நெடுமால் வழிபாடும் என இருவேறு வழிபாட்டு முறைகள் இருந்தமையைச் சிலம்புப் பகர்கிறது.

இயக்கி வழிபாடு

இயக்கி என்னும் பெண் தேவதையை ஆயர்கள் வழிபட்டதாக அறியமுடிகிறது. 'பாண்டிய நாட்டில் இக்கடவுள் இசக்கி என்று அழைக்கப்படுவாள் என்றும், இவளுக்கு ஆரியங்கானை என்னும் வேறொரு பெயர் உண்டென்றும், இவள் கணவன் இருக்கும்போதே துறவுபூண்டு தெய்வமானவள் என்றும்' ந.மு. வேங்கடசாமி குறிப்பிடுகிறார்.[1] கி.பி. 3ஆம் நூற்றாண்டுக்கும் கி.பி. 6ஆம் நூற்றாண்டுக்கும் இடைப்பட்ட காலத்தில் சமண சமயத்தவராலும் பௌத்த சமயத்தவராலும் வடநாட்டிலிருந்து இயக்கி வழிபாடு தமிழ்நாட்டுக்குக்

கொண்டுவரப்பட்டது என்றும், ஆரியர் இந்திய நிலப்பரப்புக்குள் வருவதற்கு முன்னரே இவ்வழிபாடு இந்தியத் தொல் குடியினரிடம் இருந்ததாகவும் வெ. வேதாசலம் குறிப்பிடுகிறார்.[2]

சிலப்பதிகாரம், இயக்கி வழிபாட்டு முறையை விவரிக்கிறது. அறம்புரிகின்ற நெஞ்சத்தையுடைய ஆயர்கள் நிறைந்துவாழும் புறஞ்சேரியில் கோயில் கொண்டிருக்கும், பூப்போன்ற கண்களை யுடைய இயக்கிக்குப் பால்சோறு படைத்து ஆயர் குலப்பெண், மாதரி வழிபட்டதை,

அறம்புரி நெஞ்சின் அறவோர் பல்கிய
புறஞ்சிறை மூதூர்ப் பூங்கண் இயக்கிக்குப்
பால்மடை கொடுத்துப் பண்பிற் பெயர்வோள்
ஆயர் முதுமகள் மாதரி என்போள் *(சிலம்பு.2.15:115-118)*

என்ற பாடலடிகள் எடுத்துக்காட்டுகின்றன. இதன் மூலம் ஆயர்கள் ஊர் தேவதைகளை வழிபட்டதை அறியமுடிகிறது.

நெடுமால் வழிபாடு

ஆயர்கள் திருமால் வழிபாட்டையும், வழிபடு பொருட்களையும் துன்பமாலை பகுதி குறிப்பிடுகிறது.

அசைந்த சாயலையுடைய ஆயர்குல முதுமகள் வைகைக் கரை யிலிருந்த திருமாலின் கோயிலுக்குச் சென்று வழிபட்டதையும், திருமாலுக்கு மலரும், புகையும், அணியும், சந்தனமும், மாலையையும் சார்த்தி வழிபட்டதையும்,

ஆயர் முதுமகள் ஆடிய சாயலாள்
பூவும் புகையும் புனைசாந்தும் கண்ணியும்
நீடுநீர் வையை நெடுமால் அடிஏத்தத்
தூவித் துறைபடியப் போயினாள் *(சிலம்பு:2.18:2-5)*

என்ற பாடலடிகள் உணர்த்துகின்றன.

கோனார்

கோவலர்கள் கோனார், கோபாலர் என்று அழைக்கப்பெற்றதைப் பத்தி இலக்கியங்களில் காணமுடிகிறது.

கோனாரை அடியேன் அடி கூடுவது என்கொலோ
(திருவாய். 3429:4)

என்று நம்மாழ்வார் கண்ணனைக் கோனாரே என்று விளிக்கிறார். ‘கோனார்’ என்னும் சொல்வழக்கு, பதினைந்து நூற்றாண்டுகளாக வழக்கிலிருந்து வருவதை, இதன் மூலம் அறியமுடிகிறது.

ஆயர்களது பெயர்கள்

ஆட்டிடையயர்களின் பெயர்களைச் சிற்றிலக்கியமான பள்ளு இலக்கியங்களில் காண முடிகின்றன. விடை கோனார், பூதக்கோன், யாதக்கோன், வேதக்கோன், கோனேரிக்கோன், ஆதிக்கோன், நெட்டைக் கோனார், தன்மக்கோனார், எட்டக்கோனார், சடையக் கோனார், புங்கக் கோன், கந்தக்கோன், திருவம்பலக்கோனார், கோவிந்தக் கோனார், மருத்துவக்கோனார் போன்ற பெயர்கள் ஆய்வுக்கு எடுத்துக்கொள்ளப்பட்ட பள்ளு இலக்கியங்களிலிருந்து பெறப்படுகின்றன.

ஆயர்குடி

ஆக்களைக் காத்து அரும்பணிச் செய்யும் ஆயர்களது வாழ்க்கைத் தீமையில்லாதது என்பதை,

ஆகாத்து ஓம்பி ஆப்பயன் அளிக்கும்
கோவலர் வாழ்க்கை ஓர் கொடும்பாடு இல்லை

(சிலம்பு.2.15:120-121)

என்ற அடிகள் வாயிலாகப் போற்றுகிறது சிலப்பதிகாரம்.

பக்தி இலக்கியமான நாலாயிரதிவ்யபிரபந்தத்தில் ஆயர்கள் காட்டிலே தங்கி வாழும் ‘காடு வாழ் சாதி’ என்கிறாள் ஆண்டாள் *(நாச்சி.624:2)*. மேலும், கன்றூட்டிப் பசுக்கள் பலவற்றைக் கறப்பவர் களும், பகைவர்களின் பலம் அழிய அவரிடம் தேடிச் சென்று போர் செய்பவர்களும் நிறைந்த குற்றமற்றது கோவலர்குடி என்பதை,

கற்றுக் கறவைக் கணங்கள் பலகறந்து
செற்றார் திறல் அழியச் சென்று செருசெய்யும்
குற்றம் ஒன்று இல்லாத கோவலர்

(திருப். 484:1-3)

என்று குறிப்பிடுகிறாள்.

விருந்தோம்பல்

சிலப்பதிகார ஆயர்கள், விருந்தினை மிக்க இன்முகத்தோடு வர வேற்றனர். கண்ணகியை அடைக்கலப்பொருளாகப் பெற்ற இடைக்

குல மாதரி, இரும்பேர் உவகைக்கொண்டாள் என்கிறார் இளங்கோ. விருந்தாக வரப்பெற்றோருக்குத் தனிக்குடிலைத் தந்தும், பல்வகை உணவுப் பொருட்களோடு புதிய கலங்களையும் தந்துதவும் ஆயர்களின் பெருந்தன்மையினைச் சிலப்பதிகாரப் பாடல்கள் மூலம் அறியமுடிகிறது. மேலும், விருந்தினர் அமர்வதற்குத் தாலப்புல்லில் வேய்ந்த தவிசினையும், உணவு உண்ண வாழை இலைகளையும், உண்டபின் (வெற்றிலைபாக்கு) தாம்பூலம் தரிக்கும் காட்சிகளையும் காணமுடிகிறது.

திருமணம்

சீவக சிந்தாமணியில் ஆயர்களது ஆநிரைகளைக் கவர்ந்துசென்ற வேடவர்களை வென்று அவற்றை சீவகன் மீட்டுவந்தான். ஆய அரசன் நந்தகோன் கோவிந்தன், தாம் அறிவித்தபடி தம் மகள் கோவிந்தையைச் சீவகனுக்கு மணம் முடிக்க ஏற்பாடு செய்தான். திருமணம், மான்கள் கடித்துப் பழகியதால் கடைகுறைந்த முல்லையும் இருவாட்சியும் சூழ்ந்த பந்தலில் நடைபெற்றது. இதனை,

மான்கறி கற்ற கூழை மௌவல்சூழ் மயிலைப் பந்தர்க்
கான்சொரி முல்லைத் தாரோன் கடிவினை முடிக என்றான்
(சீவக.485:3-4)

என்ற அடிகள் அறிவுறுத்துகின்றன.

நன்னீராட்டும் சடங்கு

திருமணத்துக்கு முன், மணமகளுக்கு நன்னீராட்டும் சடங்கு நடத்தப்பெறுவதைச் சீவகசிந்தாமணி காட்டுகிறது. ஆய்ச்சியர்கள் பலர் ஒன்றுகூடி, நாழி உழக்கில் இருந்த நெய்யினைப் பசுவின் இளங்கன்றுகள் மேய்ந்து நின்று கழித்த அருகம்புல்லில் தோய்த்து எடுத்து, நீண்டு வளர்ந்த கரிய கூந்தலையுடைய கோவிந்தையின் தலையிலே தடவி, 'ஊழிதோறும் ஊழிதோறும் பசுவும் தொழுவமும் போன்று நீயும் நின் கணவனும் ஒருங்கே மூப்புற்று நெடுங்காலம் வாழ்க' என்று மனங்குளிர வாழ்த்தி, அகப்பையால் நீரைச் சொரிந்து நன்னீராட்டினர். இதனை,

நாழியுள் இழுதுநாகு ஆன்கன்றுதின்று ஒழித்தபுல் தோய்த்து
ஊழிதோறும் ஆவும் தொழும்போன்று உடன்மூக்க என்று
தாழிருங் குழலி னாளை நெய்தலைப் பெய்து வாழ்த்தி
மூழைநீர் சொரிந்து மொய்கொள் ஆய்ச்சியர் ஆட்டினாரே *(சீவக.487)*

என்று பாடல் மூலம் அறியமுடிகிறது.

திருமணம்

நன்னீராட்டும் சடங்குக்குப் பின் மணமகளை அலங்கரிக்கும் காட்சியைக் காணமுடிகிறது. நெய்யை விற்றுப் பெற்ற புதிய பொன் தோட்டையும் ஒளிவிடும் அழகிய குழையையும் நீக்கி, மங்கலத்துக் குரிய காதணியை அணிவித்தும் பின்னப்பட்ட மாலையைச் சூட்டி யும், இலையில் இருந்த சந்தனைத்தைப் பூசியும் கோவிந்தைக்கு மணக்கோலம் செய்வித்தனர். பின் மணவிழா நடைபெறும் பந்த லுக்கு, ஏறுகோட்பறை முழங்க அழைத்துச்சென்றனர்.

நந்தகோன் கோவிந்தன், நீர் நிரப்பப்பெற்ற அழகிய கலசத்தைக் கையில் ஏந்தி, சீவகனிடத்தில் நீரை வார்த்துக்கொடுத்தான். சீவகன் அந்நீரை ஏற்றுக்கொண்டான். இவ்வாறு திருமணம் நிறைவுற்றது.

சங்க கால ஆயர் பெண்கள், மலர் தூவி நடத்துவித்தத் திருமண முறை, சீவகசிந்தாமணி காலத்தில் நீரைத் தாரைவார்த்துக் கொடுத்து மணம் செய்விக்குமாறு மாற்றம் பெற்றது.

மணப்பரிசம்

பெண் வீட்டார் மாப்பிள்ளைக்கு மணப்பரிசம் தந்த காட்சியைக் கோவிந்தையார் இலம்பகம் காட்டுகிறது. பதுமுகனுக்குக் கோவிந் தையை நீர்வார்த்து மணம் செய்வித்த நந்தகோன் கோவிந்தன், மணப்பரிசமாக இரண்டாயிரம் இளம் பசுக்களையும், பசும் பொன் னால் செய்யப்பெற்ற ஏழு பாவைகளையும் வழக்கினான். இதன் மூலம் மணப்பரிசம் பெறும் வழக்கம் காப்பியக் காலத்திலேயே இருந்துள்ளமையை அறியமுடிகிறது. •

அடிக்குறிப்புகள்

1. ந.மு.வேங்கடசாமி நாட்டார், சிலப்பதிகாரம், 2005, ப.127.
2. வெ.வேதாசலம், இயக்கி வழிபாடு, 1989, ப.115.

4. சங்க கால அண்டரும் ஆபிரரும்

சங்க காலத் தமிழகத்தில் பல்வேறு குடியினர் பரவலாக வாழ்ந்து வந்திருந்ததைச் சங்கப்பாக்கள் மூலம் அறிகிறோம். இவர்களில் பஞ்சவர், கவுரியர், குடவர், குட்டுவர், அதியர், உதியர், மலையர், மழவர், மறவர், இளையர், பூழியர், வில்லோர், கொங்கர், குறவர், பரதவர், கோசர், ஆவியர், ஓவியர், அருவர், அண்டர், இடையர், தொண்டர், திரையர், களவர், வடுகர், ஆரியர், மௌரியர், யவனர் முதலானோர் குறிப்பிடத்தக்கவர்கள்.

மேலே சுட்டப்பட்ட குடிகளில் அண்டர் குடியினர் பற்றிச் சங்க இலக்கியங்கள் குறைந்தளவிலான குறிப்புகளையே தருகின்றன.

அண்டர்
கயிறுஅரி எருத்தின் கதழும் துறைவன் *(கு.117:3-4)*

'அண்டர்கள் கட்டிய கயிற்றை அறுத்துக்கொண்டு ஓடும் எருதைப் போலத் தோன்றும் துறைவன்' என்றும்,

திண்தேர் நள்ளி கானத்து அண்டர்
பல்ஆ பயந்த நெய்யின் *(கு.210:1-2)*

'கண்டீர நாட்டை ஆண்ட நள்ளியினது காட்டில் வாழ்கின்ற அண்டர்களின் பல பசுக்கள் தந்த நெய்யுடன்' என்றும்,

பொருமுரண் எய்திய கழுவுள் புறம்பெற்று
நாமமன்னர் துணிய நூறிக்
கால்வல் புரவி அண்டர் ஓட்டி *(ப.ப.88:7-9)*

'காற்றினைப் போல் விரைந்து செல்லும் குதிரைப்படை கொண்ட அண்டர்களை' என்றும் அண்டர்களைப் பற்றிச் சங்கப்பாக்கள் குறிப்பிடுகின்றன.

அண்டர் என்னும் சொல் பொதுவாகப் பகைவர் எனப் பொருள்படும் அண்டார் என்னும் சொல்லின் திரிபாக இருக்கலாம்; அண்டர்களும் பொதுவர்களும் குறும்பர் எனப்பட்டனர் என்று துரை அரங்கசாமி

குறிப்பிடுகிறார்.[1] அண்டர் என்னும் பெயரை உரையாசிரியர்களும், நிகண்டுகளும் ஆயர் குடியினுள் நிலமக்களாகக் குறிப்பிடுகிறது. இவர்கள் ஆநிரைப் பேணும் ஆயர் தொழிலைச் செய்பவர்கள். இவர்களது தலைவன் கழுவுள் என்பவனாவான். இவனது தலைநகரம் காமூர் என்பதாகும். இந்நகரம் தமிழகத்தின் வடவெல்லைக்கு வடக்கே, வட ஆரிய அரசுகளின் தெற்கெல்லைக்குத் தெற்கேயுள்ள இடைப்பட்ட பகுதியில் உள்ளது என்று கூறப்படுகிறது.[2]

கழுவுள், பல குறுநில மன்னர்களைப் போரில் வென்றவனாவான். 14 வேளிர்களோடு போரிட்டான் என அகம் 135ஆம் பாடல் குறிப்பிடுகிறது. எருதுகளும் பசுக்களும் நிரம்ப உடைய கழுவுளின் வீரர்கள் புலவு நாற்றம் வீசும் தங்களுடைய வில்லைக் கொண்டு பகைப்புலத்திலிருந்து ஆநிரைகளைக் கவர்ந்து வருவார்கள் என்றும், இவனது நாட்டில் பாலும் தயிரும், ஆய மகளிர் தயிரினின்று எடுக்கும் வெண்ணெயும் நிரம்பியிருக்கும் என்றும், இவன் கடம்பர்களுடன் இணைந்து சேரமானோடு பொருதான் என்றும், போரில் சேரமான் இவனது ஆநிரைகளைக் கவர்ந்துகொண்டான் என்றும், சேரமானது வீரர்கள் இவனது நாட்டையும் தலைநகரத்தையும் பாழ்படுத்தினர் என்றும், அதன்பின், எப்போதும் காலையில் கேட்கும் தயிர் கடையும் ஒலி இல்லாமல் போனதை எண்ணிஎண்ணி கழுவுள் வருந்தினான் என்றும், விருந்தினரை உபசரித்து வளமாக வாழ்ந்த இவனது நாட்டு மக்கள், தங்கள் செல்வத்தையெல்லாம் விட்டு விட்டு, பிறநாடுகளுக்குத் தப்பியோடினர் என்றும் அரிசில் கிழார் பதிற்றுப்பத்து எட்டாம்பத்தில் கூறுகிறார்.

இப்படி அண்டர்கள் குறித்துப் பயிலப்பட்டுள்ள செய்திகளின் மூலம் அண்டர்கள் கால்நடை மேய்க்கும் ஆயர் குடியினரின் ஒரு வகையினர் என்றும், அவர்கள் கழுவுள் என்பானின் கீழ் வாழ்ந்தனர் என்றும் பெறப்படுகிறது. போர் செய்யும் அளவுக்குக் குதிரைப்படையைக் கொண்டிருந்த இவர்கள் யார், எப்போது இடம் பெயர்ந்தார்கள், எங்கிருந்து வந்தார்கள் என்பதற்கான குறிப்புகள் சங்க இலக்கியங்களில் இடம்பெறவில்லை.

★ ★ ★

சங்க இலக்கிய அகநானூற்றுப் பாடல் ஒன்று, கிருஷ்ணனின் பெண்களை அண்டர் மகளிர் என்று குறிப்பிடுகிறது

வாழியர் நீயே வடாஅது
வண்புனல் தொழுநை வார்மணல் அகன்துறை
அண்டர் மகளிர் தண்தழை உடீஇயர்
மரம்செல மிதித்த மாஅல் போல

(அகம்: 59:3-6)

'வடதிசையில் உள்ள யமுனைத் துறையில் நீராடும் அண்டர் மகளிரின் ஆடையை ஒளித்துப்பின் அவற்றைக் குருந்தமரக் கிளையை வளைத்துத் தந்த கண்ணபிரானைப் போல' என்பது இதன் பொருளாகும்.

இங்கு அண்டர் மகளிரது ஆடையைக் கண்ணன் எடுத்து ஒளித்து வைத்தான் என்பது பெறப்படுகிறது. அண்டர் என்னும் சொல்லுக்கு அண்டி வாழ்வோர் என்றும் பொருளுண்டு. ஊர்புறத்தினையடுத்த பகுதிகளில் அவர்கள் தொகுப்பாக வாழ்ந்ததால் அப்பெயர் பெற்றிருக் கலாம். தவிரவும் தமிழகத்தை அண்டி வந்தோர் என்றும் பொருள் கொள்ளலாம். இங்கு, தமிழகத்தில் வாழ்ந்த அண்டர் குடி யமுனை நதிப் பகுதியில் வாழ்ந்த கிருஷ்ணனின் பெண்களோடு தொடர்புபடுத்தியிருப்பது புதிய ஐயத்தை எழுப்புகிறது. இராக வையங்கார் குறிப்பிடுவதுபோல் கிருஷ்ணனின் வழிவந்தவர்கள் வேளிர்கள் எனில், அக்குடியோடு தொடர்புடைய அல்லது வேறொரு குடியாக அண்டர்களைக் கருதலாம். தென்னகம் நோக்கி இடம் பெயர்ந்த கிருஷ்ணனின் குடியினரில் அண்டர்களும் ஒரு பிரிவினராக இருக்கலாம் என்று எண்ணுவதற்கும் வாய்ப்பளிக்கிறது.

பிற்கால இலக்கியங்களான பக்தி இலக்கியங்களில் ஆழ்வார்கள் தங்கள் பாசுரங்களில் பல்வேறு இடங்களில் கண்ணனை விளிக்கும் போது 'அண்டர் கோனே' என்று விளிப்பதைக் காணமுடிகிறது.

கண்ணனது குடியினர் தென்னகம் நோக்கி இடம்பெயர்ந்தனர் என்பதைப் பல்வேறு சான்றுகள் மூலம் உறுதிப்படுத்தலாம். குறிப் பாகக் கண்ணன் அவதரித்த ஆபிர இனம் தென்னகம் வந்ததற்கான சான்றுகளும் கி.பி. தொடக்கத்தில் வடக்குத் தக்காணப் பகுதிகளில் ஆட்சி செய்ததற்கான தொல்லியல் சான்றுகளும் கிடைக்கின்றன. தென்னகத்தில் குறிப்பாகத் தமிழகத்தில் அவர்கள் வேளிர் எனப் பட்டனர் என இராகவையங்கார் உள்ளிட்ட அறிஞர்கள் இயம்பி யுள்ளனர். அப்படி இடம்பெயர்ந்தவர்களில் ஒரு பிரிவினர் அண்டர் என அழைக்கப்பட்ட இனக்குழுவினராக இருக்கலாம் என ஐயப்பட வழிவகை உள்ளது.

தமிழகத்துக்குக் குடிபெயர்ந்த பிற குடியினருள், அண்டர்களும் அடங்குவர் என்பது ஐயமில்லை எனினும், அவர்களைக் கிருஷ்ணனோடு தொடர்புபடுத்துவதற்கு மேற்கண்ட சங்கப் பாடலைத் தவிர, வேறு வலுவான சான்றுகள் ஏதும் இல்லை. எனினும், இப்படி இணைத்து எண்ணவும் வழிவகையுண்டு. தொடராய்வுகள்தாம் இதற்கான தீர்வினைத் தரும்.

அடிக்குறிப்புகள்

1. மொ.அ.துரை அரங்கசாமி, சங்க காலச் சிறப்பு பெயர்கள், 2014, ப.274
2. மேலது ப.273

5. ஆபிரர்களும் கிருஷ்ணனும்

இந்துக்களிடையே மிகப் புகழ்பெற்ற ஒரு வழிபாடாக, இந்தியா முழுமையும் கிருஷ்ண வழிபாடு விளங்குகிறது. விஷ்ணு புராணம், பால சரிதம், மகாபாரதம், பாகவதம் என வைணவ சமயத்தின் பெரும்பாலான புராணங்களும் இதிகாசங்களும் கிருஷ்ணனுடைய வாழ்க்கையையும், ஓர் இடையனாக இடைச்சமூகத்தில் அவன் நிகழ்த்திய புதுமைகளையும் அவை போற்றிப்புகழ்ந்து கொண்டாடு கின்றன. மகாபாரதத்தில் கிருஷ்ணனுடைய பங்களிப்பு மிக முக்கியமானது. சில வரலாற்றிஞர்கள் மகாபாரதம் கௌரவர்கள், பாண்டவர்கள் என்னும் பரதப் பழங்குடிப் பிரிவுகளிடையே நடை பெற்ற போராட்டத்தைச் சித்தரிக்கிறது[1] என்று கூறுகின்றனர். இஃது நிகழ்ந்தது கி.மு.10ஆக இருக்கலாம் என்று ஆர்.எஸ்.சர்மா,[2] சி.பி.லோகநாதன்[3] போன்ற அறிஞர்கள் கருதுகின்றனர்.

கிருஷ்ணன் தான் வாழும்போதே கடவுளாக வணங்கப்பெற்றான் என்பதை விஷ்ணு புராணம், பாகவதம், பாலசரிதம் உள்ளிட்டப் புராணங்கள் எடுத்தியம்புகின்றன. கிருஷ்ணன் யார், கிருஷ்ணனைக் கடவுளாகக் கொண்ட வழிபாட்டு முறை தமிழகத்தில் எப்போது கால்கொண்டது ஆகியன பற்றிய ஆய்வுகள் தேவையாக உள்ளன.

கிருஷ்ணன் யார்?

கிருஷ்ணன் யது குலத்தில் உதித்தவன் என்றும் யாதவ அரசனென்றும் புராணங்கள் இயம்புகின்றன. ஆனால், கிருஷ்ணனைப் பற்றி ஆய்வு செய்யும் அறிஞர்கள், புராணங்கள் தரும் யது, யயாதி, யாதவத் தொடர்பை மறுக்கின்றனர். கிருஷ்ணன், ஆபிரர் என்று முன்பு வழங் கப்பட்ட, தற்போதுள்ள அஹீர்களுடைய குலத்தைச் சார்ந்தவன் என்று கூறுகின்றனர். ஆஹீர்கள் பீகார், சண்டிகர், மத்திய பிரதேசம், மேற்கு வங்காளம், உத்திரபிரதேசம், ஒரிசா, குஜராத், மகாராஷ்டிரா, ராஜஸ்தான், டெல்லி, சட்டீஷ்கர், ஹரியானா, ஜார்க்கண்ட், திரிபுரா, உத்ரகாண்ட் என வடஇந்தியா முழுமையும் பரந்து வாழ்கின்றனர்.

கிருஷ்ணனுடைய இளம்பருவம், மேய்ச்சல் நிலப் பின்னணி ஆகியவை அவனை ஓர் இடையனாகவே சித்தரிப்பது கண்கூடு. வைணவ சமயம் பல்வேறு காலங்களில் பல்வேறு சூழலில் பிற இனக்குழுக்களின் வழிபாடுகளை உள்வாங்கிக்கொண்டது என்று வரலாற்றறிஞர்கள் இயம்புவர். அதன்படி, ஆபிரர்களின் தலைவனாக வாழ்ந்து, அவர்களால் வழிபடப்பட்ட கிருஷ்ண வழிபாட்டை வைணவம் உள்வாங்கிக்கொண்டதாகப் பல அறிஞர்களும் கருது கின்றனர்.

'கிருஷ்ணருடைய இளம்பருவ மேய்ச்சல் நிலப் பின்னணி அவரை ஆபிர இனமக்கள் வணங்கிய இளம் பருவக் கடவுளோடு ஒன்றாக்கி யதன் விளைவே'[4] என்று சுவீரா ஜெயஸ்வால் கூறுகின்றார். 'கிருஷ்ணனுடைய வளர்ப்புப் பெற்றோர் வடமதுரைக்கருகில் மதுவனத்திலிருந்து துவாரகையைச் சுற்றியுள்ள அனுபா, ஆனர்த்தா எனும் இடங்கள்வரை பரவியிருந்தவர்களும் இக்காலத்தில் அஹீர்கள் என்று வழங்கப்படுபவர்களுமான ஆபிர இனமக்களைச் சார்ந்தவர்கள்'[5] என்று ஆர்.ஜி.பந்தர்க்கார் கூறுகின்றார். டி.டி.கோசாம்பி கிருஷ்ணனை, 'கிறித்தவர்களின் காலம் துவங்கியபோது வாழ்ந்துவந்த இன்றுள்ள அஹீர் ஜாதியின் பூர்வக்குல முதல்வர்களாக இருந்த ஆபிரர் எனும் ஆநிரை வளர்ப்பு மக்களோடு உறவு ஏற்படுத்த வகைசெய்கிறது'[6] என்று கூறுகின்றார். சி.பி.லோகநாதனும், 'அஹீர்கள் கிருஷ்ணனின் வழிவந்த யாதவர்கள்' என்று தன்னுடைய நூலில் கூறுகின்றார்.[7] மேற்கண்ட அறிஞர்களின் கூற்றின்படி கண்ணன் ஆபிர இனத்தினனாக இருக்கலாம் என்று ஊகிக்கமுடிகிறது. கண்ணனை இவ்வினதாரோடு தொடர்புபடுத்த, அறிஞர்கள் காட்டும் தொடர்புகளைத் தொடர்ந்து காணலாம்.

கிருஷ்ணன் ஆபிரர்: தொடர்பு

கிருஷ்ணனை ஆபிரர்களோடு தொடர்புபடுத்தவும் அவன் ஆபிரர் இனத்தைச் சார்ந்தவன் என்று கூறுவதற்கும் மேற்கூறிய அறிஞர்கள் தரும் விளக்கங்களாவன,

- ஹரி வம்சமும், பாசகவியின் பால சரிதமும் கிருஷ்ணன் கோசலையில் வளர்க்கப்பட்டான் என்று கூறுகின்றன. மதர கோச நிகண்டின்படி கோசலைக்கு ஆபிரப்பள்ளி எனும் பொருள் உண்டு. மேலும் இஃது ஆபொரா, பல்லவா என்ற சொற்களும் கோபா, கோபாலா என்ற சொற்களும் ஒரே

பொருளை உடையன என்றும் இந்நிகண்டு பொருள் தருகிறது. (பந்தர்கார், 1913).

- ஆபிரர்கள் நாடோடி இனத்தவர்கள். ஒரு நாடோடி இனத்துக்குத் தடையற்ற பாலுறவு தேவை, ஆகவே அவர்களுடைய கடவுளான கிருஷ்ணன் இளமையும் சிற்றின்ப நாட்டமும், விளையாட்டு புத்தியுடையவனுமாக இருக்கிறான். (சுவீரா ஜெயஸ்வால், 1991).
- 'விஷ்ணுபுராணத்தில் கிருஷ்ணன் தம் இனத்தவரை நோக்கி அவர்கள் நிலமோ வீடுகளோ இன்றி வண்டிகளையும் ஆநிரை களையும் ஓட்டித்திரிவதனால் பசுக்களும், மலைகளுமே அவர்களுக்குத் தெய்வங்கள் என்று கூறுகின்றார்' (சுவீரா ஜெயஸ்வால், 1991). இதன் மூலம் நாடோடி இனமான ஆபிரர்களையே கிருஷ்ணன் இவ்வாறு கூறுகின்றான் என்பது பெறப்படுகிறது.
- 'வாசுதேவர் கம்சனுடைய சிறையிலிருந்து விடுபட்டவுடன் நந்தருடைய வண்டிக்கருகில் சென்றார். தமக்குக் குழந்தைப் பிறந்ததை அறிந்த நந்தர் பெருமகிழ்ச்சியில் திளைத்திருந்த தனைக் கண்டார்' என்று வேறொருப் பகுதியில் விஷ்ணு புராணம் கூறுவதாக பந்தர்கார் கூறுவதை ஜெயஸ்வால் எடுத்துக் காட்டுகின்றார்.
- 'மகாபாரத்ததில் கிருஷ்ணனுடைய ஜனங்கள் கடைப்பிடித்த இன்றும்கூட வரலாற்று ரீதியாக ஆபிரர்கள் நடத்திவருவதுமான கடத்தல் முறைத் திருமணங்களும் இழிவாகவே கருதப்பட்டன' என்று கோசாம்பி குறிப்பிடுகின்றார் (டி.டி.கோசாம்பி, 2006). கிருஷ்ணனே இத்தகைய கடத்தல்முறை மணத்தின் மூலம்தான் ருக்மணியை மணந்ததாகப் புராணங்களின் மூலம் நாம் அறிகின்றோம்.
- தமது எட்டாவது அவதாரத்தில் ஆபிரர்கள் மத்தியில் தான் பிறக்கப்போவதாக விஷ்ணு கூறியதாக விஷ்ணுபுராணம் கூறு வதை ஜெயஸ்வால் எடுத்துக்காட்டுகிறார். (சுவீரா ஜெயஸ்வால், 1991).

மகாபாரதத்தில் மௌசால பருவத்தில், பெரிய அழிவுக்குப் பின் எஞ்சிய யாதவர்களை அர்சுனன் அழைத்து வருவதாக ஒரு குறிப்பு உண்டு. அதில் வருவதாவது

आभीरैरभिभूयाजौ हृताः पञ्चनदालयैः ॥
धनुरादाय तत्राहं नाशकं तस्य पूरणे।
यथा पुरा च मे वीर्यं भुजयोर्न महामुने।
उपदेष्टुं मम श्रेयो भवानर्हति सत्तम॥'[8]

அதாவது,

"ஓ முனிவர்களே... இதைக் கேளுங்கள், இதைவிட எனக்கு வலி வேறு என்ன இருக்க முடியும். வலிமையுடைய ஆபிரர்களின் பஞ்சநத பகுதியினைக் கடந்து வருகையில் அவர்கள் ஆயிரக் கணக்கான விருஷ்ணி இனப் பெண்களைக் கவர்ந்துகொண்டார்கள். என்னால் அவர்களோடு விற்போர் செய்ய முடியவில்லை. என் கையில் வலிமையில்லை. ஓ! ஆண்களில் சிறந்தவர்களே... எனக்கு நல்ல ஆலோசனையை வழங்குங்கள்" என்று அர்சுனன் சொல்வதாக வருகிறது. கோசம்பி, ஜெயஸ்வால் போன்றோர் குறிப்பிடும் பெண்களைக் கடத்தல் முறை ஆபிரர்களிடையே இருந்துள்ளமைக்கு மகாபாரதம் சான்று தருகிறது. கிருஷ்ணனும் இவ்விதம்தான் ருக்மணியை அடைந்தான் என்று முன்பே கண்டோம்.

ஹரி வம்சம் முதலான புராணங்கள் கூறும் கோசலை என்னும் சொல்லுக்கு ஆபிரப்பள்ளி என்றொரு பொருள் உள்ளமையாலும், சிற்றின்ப வேட்கை, கேளிக்கை ஆகியன உடையவனாக, கிருஷ்ணன் காணப்படுவதாலும், வண்டிகளில் ஓரிடத்திலிருந்து மற்றொரு இடத்துக்கு இடம்பெயரும் ஆபிரர்களைக் கிருஷ்ணன் தன்னுடைய உறவினர்கள் என்று கூறுவதாலும், ஆபிரர்களின் வரலாற்று ரீதியான கடத்தல் முறை (இதனை வடநூலார் இராக்கதம் என்பர்) மணத்தை கிருஷ்ணனே செய்தமையாலும் இன்னபிற சான்றுகளின் படியும் கிருஷ்ணன் ஆபிர இனத்தவன் என்ற முடிவுக்கு வரலாம். கிருஷ்ணனை வைணவத்தில் ஐக்கியப்படுத்தியபோது, அவனுடைய முழுஅடையாளங்களும் புராணங்களில் கூறப்பட்டுள்ளபடி மாறிப் போயுள்ளதால், மேற்கண்ட குறிப்புகளின் வழியே அவன் ஆபிர இனத்தவன் என்னும் முடிவுக்கு வரமுடிகிறது.

ஆபிரர்களின் தோற்றம்

ஆபிரர்களின் தோற்றம், பரவல் குறித்துப் பலரும் பலவிதக் கருத்துகளைத் தருகிறார்கள். ஆபிரர்களைப் பற்றி ஜெயஸ்வால் தரும் தொகுப்பான சில செய்திகளாவன,

- 'ஆபிரர்கள் முதலில் பஞ்சாபில் வாழ்ந்துவந்தனர். பின் இராஜ புதனத்தை நோக்கி முன்னேறிச் சென்றனர். கி.பி. ஒன்றாம் நூற்றாண்டில் அவர்கள் கீழைச் சிந்து சமவெளிக்கும் பின்னர் அங்கிருந்து மேற்குத் தக்காணத்திலுள்ள சௌராஷ்டிரம், அபராந் ஆகிய பகுதிகளுக்கும் சென்றடைந்தனர்' என்று தேபால மித்ரா தன்னுடைய த அபிராஸ் அண்ட் தேர் காண்ட்டிரிபியூசன் டு த இந்தியன் கல்சர் எனும் நூலில் கூறியுள்ளார். டி.சி.சர்க்கார் அவர்களை ஹரீட்டிற்கும் காண்டஹாருக்கும் நடுவிலுள்ள அபிரவன் என்ற நாட்டுடன் தொடர்புபடுத்திப் பேசுகிறார். அஸர் பெய்ஜான் எனும் இடத்துக்கருகில் வாழ்ந்து வந்த அபைரை என்ற மேய்ச்சல் நில மக்களே ஆபிரர் என்று அறிஞர் சிலர் கருதுகின்றனர். அவர்கள் வெளிநாட்டிலிருந்து தோன்றியவர்கள் என்ற கொள்கையை மிராஷியும் வேறு அறிஞர்களும் மறுத்து ஆபிரர்கள் ஆரியர் இந்தியாவுக்கு வருவதற்கு முன் பஞ்சாபில் வாழ்ந்து வந்த பழங்குடி மக்கள் என்பர்.
- பதஞ்சலி ஆபிரர்களைச் சூத்திர வருணத்தின் துணைச் சாதியர் எனக் குறிப்பிடுகின்றார்.
- தேவகார் குகைப் புடைப்புச் சிற்பம் கிருஷ்ணனுடைய வளர்ப் புப் பெற்றோரான நந்தரையும் யசோதையையும் வெளிப்படை யாக எடுத்துக்காட்டும் தன்மை கொண்ட அந்நிய ஆடைகள் அணிந்திருந்ததைக் காட்டுகிறது. கிருஷ்ணருடைய ஆயர் குலத் தவர்களைக் குப்தர் காலத்து ஓவியர்கள் வெளிநாட்டினராகக் கருதியிருப்பதையே அச்சிற்பங்கள் நமக்கு எடுத்துக்காட்டு கின்றன.[9]

இப்படி ஆபிரர்களின் வரவு பற்றிப் பல தகவல்களைத் தருகிறார் ஜெயஸ்வால். புராதன இந்தியா எனும் பழைய 56 தேசங்கள் என்ற நூலை எழுதிய பி.வி.ஜகதீச ஐயர் தரும் ஆபிரர்கள் பற்றிய செய்தி களாவன,

> ஆபிரதேசமானது ஸிந்து தேசத்திற்குக் கிழக்கிலும் குந்தி (குந்தல) தேசங்களுக்கு நேர் மேற்கிலும் த்ரிகூட மலைக்கு வடக்கிலும் அகன்ற ஒரு பெரிய பூமியில் இருக்கிறது.
>
> ...இந்தத் தேசத்திற்கு மேற்கு எல்லையில் ஓடும் அந்தப் பெரிய ஸிந்து நதியே இதற்கு முக்கிய நதியாகும்[10]

என்று கூறுகின்றார்.

மேலும், 'புராண ஆபிரர்கள் கிழக்கு ஈரான், ஆப்கானிஸ்தான் பகுதியிலிருந்து சிந்து நதியைக் கடந்து இந்தியாவின் உட்பகுதிக்கு இடம்பெயர்ந்தவர்கள் என ரெஜினால்ட் எட்வர்ட் என்தோவன் எனும் பிரிட்டிஷ் அறிஞர் கூறுகின்றார். ஹக் நெவில் எனும் அறிஞர் அபைரா எனும் பழங்குடி மக்கள் மெசபடோமியாவிலிருந்து நதியைக் கடந்து, இந்தியாவின் உட்பகுதிக்கு வந்திருக்கலாம் என்று கருதுகிறார். அவர்களே ஆபிரர்கள் எனப்பட்ட அஹீர்கள் என்கிறார்'.[11]

மகாபாரதத்தில் மௌசால பருவம் அவர்கள் பஞ்சநதத்துக்கு அருகில் வாழ்ந்ததாகக் குறிப்பிடுகிறது. 'அபீரியா என வழங்கப்பட்ட ஆபிரர் நாடு, சிந்துவெளிப் பிரதேசத்தில் அமைந்திருந்ததாகத் தாலமி குறிப்பிடுகிறார்'.[12]

மேற்கண்ட சான்றுகளை நோக்குமிடத்து, ஆபிரர்கள் என்ற பழங் குடி ஒன்று இந்தியாவின் வடமேற்குப் பகுதிக்கு வெளியேயிருந்து வெகுகாலத்துக்கு முன்பே சிந்து நதியைக் கடந்து இந்தியாவின் உட் பகுதிக்குப் பரவியிருக்க வேண்டும் என்று ஊகிக்கலாம்.

காலம்

இவர்கள் எந்த நூற்றாண்டில் பரவினர் என்பது விவாதத்துக்கு வழிவகுப்பதாகவே உள்ளது. ஏனெனில் பந்தர்க்கார், ஜெயஸ்வால் போன்ற அறிஞர்கள் கி.பி. ஒன்றாம் நூற்றாண்டு வாக்கில் அவர்கள் பரவினர் என்று குறிப்பிடுன்றனர். ஆனால், பதஞ்சலி முனிவர் இவர் களை ஆநிரவசிக (தூய்மையான) சூத்திரர்[13] என்று பேசுவதால் இவரது காலமான கி.மு. மூன்றாம் நூற்றாண்டுக்கு முன்பே எனத் தெரிகிறது. 'கி.மு.3இல் ஆபிரர்கள் இந்தியாவுக்குள் நுழைந்திருக்கலாம்'[14] என்று ஜெயஸ்வாலும் ஐயப்படுகிறார்.

ஆபிரர்கள் கிறிஸ்து பிறப்பதற்கு முன்பே சிந்து நதியைக் கடந்து தற்போதுள்ள இராஜஸ்தான் பகுதிக்கு வடமேற்கு நதி ஓரத்தில் தங்கள் குடியேற்றத்தை ஏற்படுத்தியிருக்கலாம் என்று எண்ணத் தோன்று கிறது. பின்னர் அங்கிருந்து, மகாபாரதம், புராணங்கள் குறிப்பிடு வதைப்போல அவர்கள் பஞ்சாப், மதுவனம், சௌராஷ்டிரம், கொங்கணம் என்று சொல்லப்படக்கூடிய பகுதிகளில் பரவி வாழ்ந்திருக்கலாம் என்று அறியமுடிகிறது.

ஆபிரர்களின் இனம்

ஏ.பி. கர்மாகர், புராணச் சான்றுகளின்படி ஆபிரர்கள் திராவிட இனத்தைச் சார்ந்தவர்களாக இருக்கலாம் என்பார்.[15] இவர்கள்

நாகரிகமடைந்த ஆரிய இனத்தினர் என்று பந்தர்கார் கூறுகின்றார்.[16] மிராஷியும் வேறு சில அறிஞர்களும் ஆபிரர்கள் ஆரியர்கள் வருதற்கு முன்பே பஞ்சாப் பகுதியில் வாழ்ந்து வந்த பழங்குடிகள் என்கின்றனர்.[17] 'சில வரலாற்று ஆசிரியர்கள் ஆகிர், ஆபிரர் என்பவர்கள் திராவிடர்களின் சந்ததியினர் என்று கூறியுள்ளதாக'[18] சி.பி.லோகநாதன் தெரிவிக்கின்றார்.

ஆபிர என்ற சொல்லுக்கு இடையர், மாடுமேய்ப்பவர் என்று பொருள். இவர்களின் கடவுளான கிருஷ்ணன் என்ற பெயர் கருமை என்ற பொருளைத் தருவதாகும். தமிழில் வழங்கப்படும் கண்ணன் எனும் சொல்லுக்குக் கண்களையுடையவன், கருமை என்று பொருள் கூறப்படுகிறது. ஆக இவர்கள் திராவிடர்களைப் போன்று கருமை நிறம் கொண்டவர்கள் என்று கொள்வதில் தவறில்லை.

ஆரியர்கள் இந்தியாவுக்கு வந்து பல்லாண்டுகள் கழித்தே இவர்கள் இந்தியாவில் இடம்பெயர்ந்துள்ளனர். இதற்குத் தக்கதொரு சான்றாக, கிருஷ்ணன் இந்திர வழிபாட்டோடு கொண்ட முரண்பாட்டைக் கருதலாம். 'ஆயர்பாடியைச் சேர்ந்தவர்கள் (பழைய வழக்கப்படி) இந்திரனுக்குப் படையலிட முற்படுகின்றனர். கிருஷ்ணன் அதைத் தடுக்கின்றான். நந்தகோபாலனை நோக்கி, "தந்தையே! நாம் உழவர்களுமல்லர், வணிகருமல்லர். இந்திரனுக்கும் நமக்கும் என்ன தொடர்பு? கால்நடைகளையும் மலையுமே நமது தெய்வங்கள்" என்கிறான். பின்னர் தானே அந்த மலையாக நின்று அந்தப் படையலை ஏற்கிறான். இந்திரவழிபாட்டைத் தன்னை நோக்கித் திருப்பவே கிருஷ்ணன் இவ்வழியைக் கையாண்டான் என்று வில்கின்சன் கருதுகிறார்'[19] என்று தொ.பரமசிவம் கூறுகின்றார்.

யாதவரும் கிருஷ்ணனும்

யாதவர்களோடு கிருஷ்ணன் இணைத்துப் பேசப்படுவதைப் பற்றிக் கோசம்பி கருதுவதாவது: 'இடைக்காலத்தில் யாதவர்கள் அல்லது ஜாதவர்கள் ஊதியத்துக்காகப் பிராமணர்கள் அளித்த புரட்டான வம்சாவளியால் கிருஷ்ணருடைய யதுக்களுடன் பொருத்தப்பட்டுத் திடீர் உயர்நிலையை அடைந்தவர்களாவர் என்றும், கிருஷ்ணனின் கரிய நிறமும் பூர்வகுடி மக்களுடன் ஆரியர்கள் கொண்ட ஒருமை பாடும் ஒரு நன் நல்லிணக்க முயற்சியாகவே கருதலாம்' என்றும் கருதுகிறார்.[20]

புராணங்கள், இதிகாசங்கள் யாவும் கிருஷ்ணனை யயாதியின் வழியில் வந்தவன் என்றும், யாதவன் என்றும் பேசுவது இப்படியான

பெயர் கொண்ட இடைச்சமூகத்தோடு ஆபிரர் இனம் கலந்ததையே காட்டுகிறது. பிற்காலத்தில் கிருஷ்ணன் யாதவர்களின் கடவுள் என்றே பேசப்பட்டுள்ளான்.

தென்னிந்தியாவுடனான தொடர்பு

தமிழகத்துக்குப் பல்லாண்டுகளுக்கு முன்பு குடிபெயர்ந்து வந்த வேளிர்கள் ஆபிரர்களாக இருக்கலாம் என்று கருதப்படுகிறது. இஃது பற்றி வேளிர் வரலாறு எழுதிய இராகவையங்கார் தரும் செய்தி களாவன,

> தமிழகத்துப் பண்டைக்காலம் முதலே உள்ள வேளிர் என்ற கூட்டத்தார் திருமால்வழியினராய்த் துவராபதியினின்று… பண்டை வேளிர் தமிழ்நாட்டுக் குடியேறிய காலம் கி.மு.10ஆம் நூற்றாண் டாகக் கொள்ளுதல் ஒருவாறு பொருந்தும்மென்பதும், வேளிர் பெருங்கூட்டந் தென்னாடு புகுந்து வாழ்ந்த வரலாறு இஃது என்பதும், அன்னோர் பெருமை இன்னவென்பதும் புலப்படுமாறு கண்டுகொள்க.[21]

கண்ணனது ஆபிர-யாதவர்கள்தாம் வேளிர்கள் என்று இராகவையங் கார் கொள்வதாக நாம் இங்குக் கொள்ளலாம்.

‘கிருஷ்ணனின் வழிவந்த வேளிர்கள் துவாரகையில் இருந்து, மராட்டியம், கருநாடகம் வழியாகத் தமிழகம் வந்தனர்’[22] என்று வரலாற்றில் யாதவர்கள் என்ற நூலை எழுதிய சி.பி.லோகநாதன் கூறுகின்றார்.

ஆபிரர்களின் அரசு மேற்குத் தக்காணத்தில் சாக சத்திரபர்கள், சாதவாகனர் கீழ் சுறுசுறுப்பாக இருந்துவந்துள்ளதாக ஜெயஸ்வால் கூறுகின்றார். கி.பி.181ஆம் ஆண்டைச் சேர்ந்த கல்வெட்டு பாபகன் என்னும் ஆபிர சேனாதிபதியின் மகனாகிய சேனாதிபதி ருத்ரபதியைப் பற்றிப் பேசுகிறது. நாசிக் குகைக் கல்வெட்டொன்று கி.பி. மூன்றைச் சேர்ந்த ஈஸ்வரசேனர் என்னும் ஆபிரர்களின் அரசரைப் பற்றிக் குறிப்படுகிறது.[23] கி.பி. முதல் நூற்றாண்டுக்கு முன்புத் தொடங்கி இவர்களது ஆட்சி பற்றிய தொல்லியல் சான்றுகள் கிடைக்கின்றன.

தமிழகத்தில் கிருஷ்ண வழிபாடு

இராகவையங்கார், லோகநாதன் ஆகியோர்களது கருத்துப்படியும், மேற்கண்டவாறு, தென்னிந்தியப் பகுதியில் ஆபிரர்களது தொல்லியல் சான்றுகள் படியும் அன்னோர் தென்னிந்தியப் பகுதிகளில் பரவியதை

அறியமுடிகிறது. கண்ணன் வழிவந்தோர் தமிழகத்துக்குக் குடி பெயர்ந்தனர் என்பது இதன் மூலம் உணரமுடிகிறது. இவர்களின் ஒரு பிரிவினரோ அல்லது வேளிர்கள் என்று அழைக்கப்பட்ட ஆயர் - கால்நடை மேய்க்கும் குழுவிலிருந்து தோன்றிய அரசர்களாகவோ இருக்கலாம் எனத் துணியலாம். அப்படியாயின் இவர்கள் தாம் தமிழகத்தில் கிருஷ்ண வழிபாட்டை அறிமுகப்படுத்தியிருக்க வேண்டும். தமிழகம் வந்த ஆபிரர்கள் என்ற வேளிர்களின் கிருஷ்ண வழிபாடு, தமிழக இடையர்களுடைய இடையர் தெய்வவழிபாடான 'மால்' வழிபாட்டோடு விரவப்பெற்றிருக்க வேண்டும். 'முல்லை நிலத் தெய்வமான மால் வழிபாட்டோடு புராணங்கள் கூறும் கிருஷ்ணாவதாரச் செய்திகளும் கலந்துவிட்டதைச் சங்கப் பாடல் களில் காணலாம்'[24] என்ற தொ.பரமசிவத்தின் கூற்று, மேற்கூறிய கருத்துக்கு அரண் செய்யும். இராகவையங்கார் சொல்வதைப்போன்று அவர்கள் கி.மு.10ஆம் நூற்றாண்டில் தமிழகம் வந்தனர் என்பதற்குப் போதிய சான்று இல்லாத அதே சமயத்தில், கிடைத்துள்ள சான்றுகளின் அடிப்படையில் அவர்கள் பொது நூற்றாண்டு முன் அல்லது பின் ஒரு நூற்றாண்டளவில் தமிழத்துக்கு வந்திருக்கலாம் என்று துணியலாம். சங்க காலத்துப் பிற்காலத் தமிழிலக்கியங்களில்தான் புராணச் செய்தி கள் அதிகம் இடம்பெற்றுள்ளன. தற்போது நமக்குக் கிடைக்கும் சங்க இலக்கியத் தொகுப்பில் உள்ள நூல்களில் திருமுருகாற்றுப்படை, கலித்தொகை, பரிபாடல் போன்ற நூல்கள் சங்க காலத்துக்கும் பிற்காலத்தில் தோன்றிவை என அறிஞர் இயம்புவர்.

'நாடோடி இனத்துக்குத் தடையற்ற பாலுறவு, விளையாட்டு புத்தி, சிற்றின்ப நாட்டம் ஆகியவை இயல்பு' என்ற ஜெயஸ்வாலின் கருத்து, சங்க இலக்கியத்தில் உள்ள கலித்தொகை-முல்லைக்கலி பாடல்களில் எதிரொளிப்பதைக் காணலாம். •

அடிக்குறிப்புகள்

1. சுவீரா ஜெயஜ்வால், வைணவத்தின் தோற்றமும் வளர்ச்சியும்,1991. ப.14.
2. ஆர்.எஸ். சர்மா, பழங்கால இந்தியாவின் அரசியல் கொள்கைகள் சில தோற்றங்கள்,2010 ப.23.
3. சி.பி.லோகநாதன், வரலாற்றில் யாதவர்கள்,2001, ப.26.
4. சுவீரா ஜெயஜ்வால், வைணவத்தின் தோற்றமும் வளர்ச்சியும், 1991, ப.104.
5. R.G.Bhandarkar, Vaisnavism Saivism and Minor Religious System, 1913. p.51.
6. டி.டி.கோசாம்பி, பண்டைய இந்தியா,2006,ப.207.
7. சி.பி.லோகநாதன், வரலாற்றில் யாதவர்கள்,2001, ப.23.
8. மகாபாரதம், மௌசால பருவம், http://prramamurthy1931.blogspot.in/2013/01/mahabharata-mausala-parva.html/23-01-2014.
9. சுவீரா ஜெயஜ்வால், வைணவத்தின் தோற்றமும் வளர்ச்சியும்,1991. ப.106-107.
10. பி.வி.ஜகதீச ஐயர், புராதன இந்தியா என்னும் பழைய 56 தேசங்கள்,2009, ப.20 &165.
11. en.wikipedia.org/wiki/Abhira_tribe/23-01-2014.
12. Sudhakar Chattopadhyaya, Evolution of Hindu Sects, 1970, p.72.
13. சுவீரா ஜெயஜ்வால், வைணவத்தின் தோற்றமும் வளர்ச்சியும்,1991. ப.106-107.
14. மேலது. ப.107.
15. en.wikipedia.org/wiki/Abhira_tribe/23-01-2014.
16. R.G.Bhandarkar, Vaisnavism Saivism and Minor Religious System, 1913, p.52.
17. சுவீரா ஜெயஜ்வால், வைணவத்தின் தோற்றமும் வளர்ச்சியும்,1991, ப.105.
18. சி.பி.லோகநாதன், வரலாற்றில் யாதவர்கள்,2001, ப.24.
19. தொ.பரமசிவம், பண்பாட்டு அசைவுகள்,2001, ப.138.
20. டி.டி.கோசாம்பி, பண்டைய இந்தியா,2006,ப.256.
21. மு.இராகவையங்கார், வேளிர் வரலாறு, 2004, ப.45-47.
22. சி.பி.லோகநாதன், வரலாற்றில் யாதவர்கள்,2001, ப.29.
23. சுவீரா ஜெயஜ்வால், வைணவத்தின் தோற்றமும் வளர்ச்சியும்,1991. ப.107.
24. தொ.பரமசிவம், பண்பாட்டு அசைவுகள்,2001, ப.139.

6. தற்காலத் தமிழ் ஆயர்கள்

தமிழகம் முழுவதும் ஆயர்கள் வாழ்கிறார்கள். அவர்கள் சங்க காலம் முதலே ஆயர், ஆய்ச்சியர் என்ற பொதுப்பெயரோடு விளங்கு கின்றனர். முல்லை நிலத்தின் மக்களாகக் குறிப்பிடப்பெறும் இவர் களைத் தலைமக்கள், நிலமக்கள் எனப் பிற்கால நிகண்டுகளும், உரையாசிரியர்களும் வகைப்படுத்திக் கூறியுள்ளனர்.

நில மக்கள்

முல்லை நிலத்தின் நிலமக்களாக, இடையர், கோபாலர், ஆயர், விந்தர், பொதுவர், அண்டர், தொறுவர், அமுதர், முல்லையர், இடைச்சி, ஆய்ச்சி முதலியோரை நாமதீப நிகண்டும்,[1] இவர்களோடு குடவர், குடத்தியர், தொறுவியர், பொதுவியர் ஆகியோரைச் சேர்த்து பிங்கல நிகண்டும்,[2] முல்லையர், பொதுவர், அண்டர், கோவிந்தர், ஆன்வல்லவர், குடவர், பாலர், கோவலர், கோபாலர், அமுதர், ஆயர், தொறுவர், இடையர், தொறுவி, பொதுவி, ஆய்ச்சி, குடத்தி, இடைச்சி ஆகியோரை சூடாமணி நிகண்டும்[3] திவாகரமும் குறிப்பிடுகின்றன.

தலைமக்கள்

முல்லை நிலத்தின் தலைமக்களாகக் குறும்பொறைநாடன், கானக நாடன், அண்ணல், தோன்றல் ஆகியோரை நாமதீப, பிங்கல, சூடா மணி மற்றும் திவாரக நிண்டுகள் குறிப்பிடுகின்றன.

பிற்காலப் பெயர்கள்

ஆயர், இடையர், ஆய்ச்சி, இடைச்சி போன்ற பெயர்கள் இன்றும் வழக்கிலிருக்கின்றன. ஆயர்களது நாட்டுப்புறப்பாடல்களிலும் ஆயர், ஆயன் என்ற பெயர்களைக் காணமுடிகிறது. சங்க காலத்தில் மாடுகளை மேய்ப்பவர்கள் கோவலர் என்றும் ஆடுகளை மேய்ப் பவர்கள் இடையர் என்றும் அழைக்கப்பட்டனர். பிற்காலத்தில் இந்தப் பாகுபாடுகள் மறைந்து மாட்டிடையர் என்றும் ஆட்டிடையர் என்றும் அழைக்கப்படுகின்றனர். தற்போது ஆட்டுக்காரர்கள், மாட்டுக் காரர்கள் என்று பிறரால் அழைக்கப்படுவதையும் காணமுடிகிறது. கிடை அமர்த்துபவர்களை ஆட்டுக் கிடைக்காரர்கள், மாட்டுக்

கிடைகாரர்கள் என்றும், கீதாரிகளை, ஆட்டுக்கீதாரி, மாட்டுக்கீதாரி என்றும், ஓர் ஊரிலிருந்து மற்றொரு ஊருக்குச் சென்று மேய்க்கும் ஆட்டிடையர்களை வருத்தாட்டுக்காரர்கள் என்றும் மாட்டிடையர் களைப் பளிங்கு மாட்டுக்காரர்கள் (பளிஞ்சி மாடு) என்றும் பேச்சு வழக்கில் அழைப்பதைக் காணமுடிகிறது. தற்போது தமிழகக் கால் நடை மேய்க்கும் குழுக்கள், வடஇந்திய ஆயர்களைக் குறிக்கும் யாதவர் என்னும் சொல்லால் அழைத்துக்கொள்கின்றனர்.

வர்ணாசிரம பகுப்பில், ஆயர்கள் அல்லது இடையர்கள் கோவை சியர் என்று குறிப்பிடப்படுகின்றனர். இவர்கள், சூத்திரன் வைசியக் கன்னியைப் புணர்ந்ததால் தோன்றிய இனம் என்று அபிதானசிந்தாமணி குறிப்பிடுகிறது.[4]

தமிழகத்திலும் கேரளத்திலும் இடையர்கள் வாழ்கிறார்கள். 'கால் நடை மேய்ப்பவர்கள் கிடை கட்டுவதால், கிடையிலிருந்து இடை என்னும் சொல் தோன்றியிருக்கலாம் என்று சி.ஈ.இராமச்சந்திரனும், செல்வர்களுக்கும் வறியவர்களுக்கும் இடைப்பட்ட நிலத்தில் வாழ்வதால் இவர்கள் இடையர்கள் என்று அழைக்கப்பட்டனர் என்று மொ.அ.துரை அரங்கசாமியும் கூறுகின்றனர். குறிஞ்சி, மருதம் ஆகிய நிலப்பகுதிகளுக்கு இடையில் வாழ்வதனால் இடையர்கள் எனப் பட்டனர் என்றும் சில அறிஞர்கள் கூறுகின்றனர். காடு-மழை பெய்ய காரணமானது; உலக உயிரினங்கள் உயிர் வாழ்வதற்கு ஆதாரமாக உள்ள பகுதியை வாழ்விடமாகக் கொண்டவர்கள் இடையர்கள்'[5] என்று அ.முத்துசாமி குறிப்பிடுகின்றார்.

இடையர்கள் குறித்து எஸ்.எஸ். சஷி தரும் தகவல்களாவன,

> 'இடையர்கள் தமிழ்நாட்டின் முக்கியமான ஆயர்கள் ஆவர். இவர்கள் யாதவர்கள் என்றும் அழைக்கப்படுகின்றனர். 'இடை' (நடு) என்ற தமிழ்ச்சொல்லிலிருந்து இடையர் என்ற பெயர்வந்தது. 'முல்லை' என்ற நடுநாட்டில், புல்வெளி நிலத்தில் அவர்கள் வாழ்ந்து வந்ததை இது எடுத்துக்காட்டுகிறது. விவசாயிகள், வியாபாரிகள் என்ற இரு பிரிவினர்களுக்கு இடையே ஒரு தொடர்க் கண்ணியாக இடையர்கள் இருந்ததால் அவர்களுக்கு அப்பெயர் ஏற்பட்டது என்று பூஜ்யர் போப் 'தஞ்சாவூர்' பற்றிய தகவல் புத்தகத்தில் குறிப்பிட்டிருக்கிறார். இடையர்கள் தங்கள் பெயர்களுடன் கோனார் அல்லது கோன் (அரசன்) என்ற பட்டப் பெயரைச் சேர்த்துக்கொள்கின்றனர். பிள்ளை, கரையாளர் என்ற பட்டப்பெயர்களும் குறிப்பிடப்பட்டுள்ளன. இடையர்களின்

முக்கிய கோத்திரங்கள்: கல்கட்டி, கள்ள, கருத்த, பால், பஞ்சாரம் கட்டி, பெண்டுக்கு மேக்கி, பாசி, பெரும், சிறு, புது நாட்டன், சாம்பன், சங்குகட்டி, சிவியர், சோழியர், துமத்து, தெலுகு, கல்கட்டி, பாசி கோத்திரங்களைச் சேர்ந்த மகளிர் தங்கள் தாலிச்சரட்டில் கருக மணிகளை அணிகின்றனர். பால் கோத்திரம் என்பது, கன்னட குருபா ஆயர்களின் ஹாலு (பால்) கோத்திரத்தைப் போன்றது. சிவியர் என்பது சிவிகை தூக்குபவர் என்ற தொழில் பெயராகும். சங்குகட்டி கோத்திரத்தினர், திரு மணத்தின்போது ஒரு சங்கைக் கட்டிக்கொள்கின்றனர். சாம்பன் என்பது சிவபெருமானைக் குறிக்கிறது. இந்தக் கோத்திரத்தைச் சேர்ந்தவர்கள் நெற்றியில் திருநீறு பூசிக்கொள்கின்றனர். புது நாட்டைச் சேர்ந்தவர்கள் புது நாட்டன் என்று குறிப்பிடப்படு கின்றனர். மகளிர் பெரும் அல்லது சிறு தாலி கட்டிக் கொள்வதை அவர்களுடைய கோத்திரப் பெயர்கள் குறிக்கின்றன. பஞ்சாரம் என்ற தங்க ஆபரணத்திலிருந்து பஞ்சாரம் கட்டி என்ற கோத்திரப் பெயர் வந்தது. பல கதிர்களையும் மூன்று புள்ளிகளையும் கொண்ட சூரியனின் உருவம் பொறித்த இந்த ஆபரணத்தை இந்தக் கோத்திரத்தின் கைம்பெண்கள் அணி கின்றனர். சோழியர் என்பது சோழ நாட்டைச் சேர்ந்த ஆயர்களின் கோத்திரப் பெயர்.”[6]

தமிழக இடையர் குறித்து எட்கர் தட்சன் தரும் குறிப்புகளாவன,

‘இடையர்கள் முல்லை நிலம்சார்ந்த ஆடு மேய்க்கும் தமிழ் நாட்டுக்குரிய சாதியார். எனினும் இவர்களுள் சிலர் நிலவுடையாளர் களாகவும், சிலர் அரசு பணியாளர்களாகவும் உள்ளனர். இவர்கள் இடையர்கள் என்று அழைக்கப்பட்டதற்குக் காரணம் இவர்கள் மலைகளுக்கும் விளைநிலங்களுக்கும் இடைப்பட்ட மேய்ச்சலுக்கு ஏற்ற காட்டுப்பகுதியில் முதலில் தங்கியிருத்தல் வேண்டும். (அதாவது தமிழ் நூல்களுள் கூறப்பட்டுள்ள குறிஞ்சி, பாலை, முல்லை, மருதம், நெய்தல் என்ற ஐவகை நிலங்களுள் இடைப் பட்ட நிலத்தில் வாழ்ந்தவர்கள்) இந்தச் சாதியில் பல குலப் பிரிவுகள் உள்ளன. எனினும் அவற்றை இரண்டு பெரும் பிரிவுக்குள் அடக்கலாம். அவற்றுள் ஒன்று நன்கு ஒழுங்குபடுத்தப்பட்டு வளர்ந்துள்ள பிரிவு. மற்றொன்று தொன்மையான இனத்துக்குரிய இன்றியமையாதக் கூறுகளைத் தன்னகத்தே அழியாது தாங்கி நிற்கும் தொல்லினப் பிரிவு. முதற்பிரிவினைச் சேர்ந்தவர்கள் வைணவ சமயத்தை மேற்கொண்டிருப்பதோடு நாமம் தரித்தவர்களாகத்

தங்களை யாதவர் எனக்கூறிக்கொள்கின்றனர். இரண்டாம் பிரிவைச் சேர்ந்தவர்கள் ஊர்த்தேவதைகளை வணங்குவதோடு தாங்கள் யாதவ மரபில் வந்தவர்கள் என்று பெருமை பேசிக்கொள்வதில்லை. இவர்கள் தங்கள் நெற்றியில் பசுஞ்சாணத்தை நெருப்பிலிட்டு எரித்த சாம்பலினைப் பூசிக்கொள்கின்ற ஒரே காரணத்தின் அடிப் படையில் மட்டும் சைவ நெறியினைப் பின்பற்றுபவர்களாகக் கூறிக்கொள்கின்றனர்.

இடையர்கள் கண்ணன் தங்களால் வளர்க்கப்பட்டவன் என்ற வழக்கின் அடிப்படையில் சமூகத்தில் தங்களுக்கு உரியதானதை விட உயர்ந்ததொரு இடத்தை வகிக்கின்றனர். சமூகத்துக்கு இன்றி யமையாத பால், நெய் ஆகியவற்றை அவர்கள் வழங்கிவருவதும் அவர்களுடைய இந்த நிலைக்குக் காரணம்.[7]

ஆயர்களின் பிரிவுகள்

அணிகலன்கள், அடையாளங்கள், தொழில், இடம், பிற சாதி அடிப்படையில் எனத் தமிழகத்தில் 32 பிரிவுகளின் பெயர்களில் ஆயர்கள் பதிவுசெய்யப்பட்டுள்ளனர்.

1. பஞ்சாரங்கட்டி இடையர்
2. பெண்டுக்கு மேக்கி இடையர்,
3. சிறுதாலி இடையர்,
4. பெருந்தாலி இடையர்,
5. சங்குகட்டி இடையர்,
6. பவழங்கட்டி இடையர்,
7. மணிகட்டி இடையர்,
8. கொக்கிக்கட்டி இடையர்,
9. குண்டுகட்டி இடையர்,
10. கோலிகட்டி இடையர்,
11. பளிக்குகட்டி இடையர்,
12. பால் இடையர்,
13. நெய் இடையர்,
14. சிவிகை இடையர்,
15. சாம்பார் இடையர்,

தமிழ் ஆயர்கள்

சிறுதாலி இடையர், மேலூர், மதுரை

பெருந்தாலி இடையர், மானங்காத்தான், சிவகங்கை

பஞ்சாரங்கட்டி இடையர், மிளகனூர், சிவகங்கை

16. பிள்ளை இடையர்,
17. சேர்வை இடையர்,
18. பூ இடையர்,
19. கரையாள இடையர்,
20. கள்ள இடையர்,
21. ஆனைக்கொம்பு இடையர்,
22. சோழிய இடையர்,
23. மணியக்கார இடையர்,
24. நம்பி இடையர்,
25. மஞ்சனக்கார இடையர்,
26. புதுநாட்டு இடையர்,
27. களக்குடி இடையர்,
28. கல்கட்டி இடையர்,
29. நாமக்கார இடையர்,
30. வல்லநாட்டு இடையர்,
31. நார்க்கட்டி இடையர்,
32. கீதாரி இடையர்

கல்கட்டி, பாசி இடையர்

இப்பிரிவைச் சேர்ந்த பெண்கள் தமிழர்களின் பழக்கத்துக்கு மாறாகத் தங்கள் தாலியோடு கறுப்பு மணிகளையும் கோர்த்து அணிவர். இப்பழக்கத்துக்குக் காரணம் தெலுங்குப் பிராமணர்களின் தாக்கமாக இருக்கலாம். தெலுங்கு சாதியார் பலரும் தங்கள் தாலியோடு கண்ணாடி பாசிமணிகளைக் கோர்த்து அணியும் பழக்கம் உடைய வர்கள். கறுப்புப் பாசிமணியாலான கழுத்துச் சங்கிலிகளை அணி கின்றனர். ஒரு கதை வழக்குப்படி இப்பாசிமணிகள் ஆறுகளில் கிடைக்கும் கூழாங்கற்களிலிருந்து செய்யப்படுவதாக எட்கர் தட்சன் குறிப்பிடுகிறார். இவர்கள், நீலநிறமுடைய கல்லையும் தாலியோடு கோர்த்துக்கொள்கின்றனர். அன்னவாசல், பொன்னமராவதி போன்ற ஊர்களில் வாழும் இவ்விடையர்கள் மூக்குத்தி அணிந்துகொள்வ தில்லை. எனினும் வேறுசில இடங்களில் வாழும் இவ்வினப் பெண்கள் மூக்குத்தி அணிந்துகொள்கின்றனர். காதுவளர்க்கும்

பழக்கமும் இவர்களிடம் உண்டு. மிகப்பெரிய காதுத் துளைகளில் பாப்படம் உள்ளிட்ட அணிகலன்களை அணிந்துகொள்கின்றனர்.

பெண்டுக்குமேக்கி இடையர்

மனைவிக்கு அடங்கி நடப்பவன் என்ற பொருள்தருவது இஃது. இப்பிரிவினருள் ஒருவர் திருமணம் முடிந்தவுடன் தன் மனைவியின் குடும்பத்தைச் சேர்ந்தவராகிவிடுகிறார். தன் தந்தையின் சொத்துக் களுக்குப் பதிலாக இவர் தன் மாமனாரின் சொத்துக்கு உரிமை யுடையவர் ஆகிறார். இப்பிரிவினரில், திருமணத்துக்குப் பிறகு தன் தந்தை வீட்டுச் சொத்தில் ஆடவருக்கு உரிமையில்லை. திருமணம் பெண் வீட்டிலேயே நடைபெறுகிறது. தமிழக ஆயர்களில் வேறுபட்ட வழக்கங்களைக் கொண்டிருக்கின்ற இவர்கள் இராமநாதபுரத்தில் அதிகளவில் வாழ்கின்றனர்.

சங்குக் கட்டி இடையர்

சங்கினைக் கட்டிக்கொண்டிருப்பவர்கள் எனப் பொருள்தருவது. கண்ணன் ருக்குமணியை மணந்துகொள்ள விரும்பினான். ஆனால், ருக்மணியின் குடும்பத்தினர் அவளைச் சிசுபாலனுக்கு மணம்செய்து தருவதில் பிடிவாதம் காட்டினர். அத்திருமணம் நடைபெற இருக்கும் சமயத்தில் கண்ணன் ருக்குமணியைத் தூக்கிச் சென்று அவள் கரத்தில் சங்கினாலான வளையல் ஒன்றினை அணிவித்தான். இதனைக் குறிக்கும் வகையில் சங்குக் கட்டிகளை அணியும் இடையர்கள் சங்குக் கட்டி இடையர் என அழைக்கப்படுகின்றனர்.

நார்க்கட்டி இடையர் அல்லது வல்லநாட்டு இடையர்

புதுக்கோட்டை மாவட்டத்திலுள்ள வல்லநாட்டில் வாழும் இடை யர்கள் நார்க்கட்டி அல்லது வல்லநாட்டு இடையர்கள் என்று அழைக் கப்படுகின்றனர். இப்பிரிவுப் பெண்கள், தாலிக்குப் பதிலாகப் பனை ஓலையை அணிகின்றனர். நார்க்கட்டி என்பது பனை மட்டையின் தண்டுப் பகுதியிலிருந்து எடுக்கப்படும் வெண்ணிறமான இழை யாகும். குறுத்தோலையின் வெண்ணிற பகுதியைப் பெண்கள் அணிந்துகொள்கின்றனர். தற்போது இவ்வழக்கம் அருகிவருகிறது. இவர்களில் கைம்பெண்கள் மூக்குத்தியும் கச்சையையும் அணிந்து கொள்வதில்லை. வெண்ணிற புடவையை அணிந்துகொள்கின்றனர். ஆடவர்கள் மீசை வைத்துக்கொள்வதில்லை. இவ்வழக்கமும் தற் போது குறைந்துவருகிறது.

சாம்பன் அல்லது சாம்பார் இடையர்

இது சிவனுக்குரிய பெயர். இப்பிரிவைச் சேர்ந்தவர்களுள் பெரும் பாலானோர் திருநீற்றை நெற்றியில் சமயச் சின்னமாக இடுவர். தஞ்சை, திருச்சி, கும்பகோணம், மயிலாடுதுறை, வடார்க்காடு, தென்னார்க்காடு உள்ளிட்டப் பகுதிகளில் இவர்கள் வாழ்கின்றனர்.

செஞ்சியை ஆண்ட மன்னர்கள், இடையர்களது தொழில் பெருமை யைப் போற்றும்படி, சமமானார் என்னும் பட்டத்தை வழங்கினர் என்றும், இப்பட்டத்தைப் பெற்ற இடையர்கள் சமமான இடையர்கள் என்று அழைக்கப்பட்டனர் என்றும் இப்பெயரே காலப்போக்கில் சாம்பார் இடையர் என்றானது என்றும் பேச்சுவழக்கில் வழங்கப் பட்டுவருகிறது.

புதுநாட்டார் அல்லது புதுக்கநாட்டு இடையர்

புதிதாகக் குடியமர்த்தப்பட்டவர்கள் என்பது பொருள். கண்ணன் கிட்கிந்தையில் சென்று தங்கியபோது அங்கே அவன் தங்கள் சாதி யினரைக் குடியமர்த்தினான் என இடையர்கள் கூறுகின்றனர்.

பெருந்தாலி, சிறுதாலி இடையர்

இப்பிரிவுகள், மணமானப் பெண்கள் அணியும் தாலியின் அமைப் பைக் கொண்டு ஏற்பட்டவையாகும். இடையர்தம் பொருளாதார அடிப்படையில் பெருந்தாலியும் சிறுதாலியும் அமைகின்றன. வசதி யற்றோர் வசதியுடையோரிடம் தாலியைக் கடன்பெற்றுக்கொள் வதைக் காணமுடிகிறது.

பஞ்சரம் அல்லது பஞ்சாரங்கட்டி இடையர்

இப்பெயர் பஞ்சாரம் என அழைக்கப்படும் பொன்னணி ஒன்றின் பெயரிலோ, பல கதிர்களையும் நடுவில் மூன்று பொட்டுகளையும் கொண்டு கதிரவன் வடிவிலான, கைம்பெண்கள் அணியும் அணியின் பெயரிலோ அமைந்த பிரிவாகும். 'இப்பிரிவினருள் கைம்பெண்களின் மறுமணம் தாராளமாக அனுமதிக்கப்படுகிறது. கண்ணன் தன் உள்ளம் கவர்ந்த இடையர் குலக் கைம்பெண்களின் கழுத்தில் அவர்களைச் சுமங்கலிப் பெண்களாக மாற்றப் பஞ்சரம் என்ற இந்த அணியினை அணிவித்து, அவர்களுக்கு இன்ப நுகர்ச்சி விலக்கன்று என்று அறிவித்தான் என்று கதை வழங்கப்பட்டு வருகிறது.

மேலும் இடைச்சியர்கள், திருமாலின் ஐந்து ஆயுதங்களைப் போன்று தாலி செய்து அணிந்துகொள்வதனால் இப்பெயர் பெற்றனர்

என்றும், இறப்புச் சடங்கின் 15ஆம் நாளில் வீட்டு முற்றத்தில் இரண்டடி உயர்த்தில் பஞ்சாரம் என்னும் பந்தலை அமைப்பதாலும், பஞ்சாரம் என்னும் பந்தலி ன்கீழ் இறப்புச் சடங்கு மேற்கொள்வதாலும் இப்பெயர் பெற்றிருக்கலாம்.

மணியக்கார இடையர்

கால்நடைகளின் கழுத்தில் அணிவிக்கப்படும் மணியின் அடிப் படையில் வந்த பெயர் இதுவாகும்.

கள்ள இடையர்

கள்ளர் சாதியார் வாழும் பகுதிகளில் இப்பிரிவினர் மிகுதியாக உள்ளனர். இப்பிரிவினர் கள்ளர் சாதியிலிருந்து பிரிந்து ஆடுமாடு மேய்க்கும் தொழிலை மேற்கொண்டவர்களாக இருத்தல் கூடும். கள்ளர்களைப் போலவே இப்பிரிவிலும் தேவன், வேந்தன் போன்ற புறமணக்கட்டுபாடுடைய கிளைகள் (குலங்கள்) உள்ளன.

ஆனைக்கொம்பு இடையர்

சகடாசுரனைக் கொல்ல கண்ணனும் யாதவர்களும் பயன்படுத்திய போர்க் கருவியின் அடிப்படையிலானப் பிரிவின் பெயர்.

கருத்தகாடு இடையர்

திருநெல்வேலி, மதுரைப் பகுதியிலேயே இப்பிரிவினர் மிகுதியும் காணப்படுகின்றனர். அப்பகுதிகளில் கரிசல்மண் காடுகள் பெரும் பரப்பினவாக உள்ளன.

பெருமாள் மாட்டுக்கார இடையர்

இவர்கள் சாமி மாட்டினை ஓட்டியபடி ஊர் ஊராகச் செல்வர். இவர்கள் பூ இடையன் என்ற இடைச்சாதியின் பிரிவைச் சேர்ந்தவர்கள் எனக் கூறப்படுவதுண்டு. இப்பிரிவினர் கோயில்களில் பூக் கட்டும் பணியை மேற்கொண்டிருந்ததால் இப்பெயர் பெற்றனர். சில இடங்களில் தற்போதும் இப்பணியைச் செய்துவருகின்றனர்.

பொதுநாட்டு இடையன் (புதுநாட்டு) இடையர்

மதுரை மாவட்ட விவரக்குறிப்பில் பொது நாட்டு (புதுநாட்டு) இடையன் என்ற பிரிவினரைப் பற்றிக் கூறப்பட்டுள்ள செய்திகள் வருமாறு: ‘பொது நாட்டு (புதுநாட்டு?) இடையர்கள் தாங்கள் திருநெல்வேலியைச் சேர்ந்தவர்களாக இருந்ததாகவும், தாங்கள் வாழ்ந்து வந்த பகுதியின் தலைவனது கொடுமைத் தாங்க முடியாது ஓர்

இரவில் யாரும் அறியாதபடி திருமலை நாயக்கன் ஆட்சிக் காலத்தில் மதுரைக்கு வந்து சேர்ந்ததாகவும் கூறுகின்றனர். திருமலை இவர்களை வரவேற்றுப் பின்னைத் தேவன் என்ற கள்ளர் தலைவன் பாதுகாவலில் இருக்கச் செய்தான். அவனும் அவன் வழிவருபவர்களும் தங்கள் கடமையைச் செவ்வனே ஆற்ற வேண்டும் என்னும் நோக்கத்தோடு திருமலை, மறவர் சாதித் தலைவனை அமர்த்தும் உரிமை ஓர் இடையனையே சாரும் எனவும் ஆணையிட்டான் என்று இப்பிரிவினர் குறித்துக் குறிப்பிடப்பட்டுள்ளது.

மணிக்கட்டி இடையர்

பெண்கள் தங்கள் தாலியோடு மணி என்னும் ஒருவகைப் பாசியைக் கோர்த்துக்கொள்கின்றனர். குறவர்களிடமிருந்து பெறும் இதனைப் பவளம் என்று குறிப்பிடுகின்றனர். இவர்களில் வசதிபடைத்தோர் விலையுயர்ந்த பவளத்தையே அணிந்துகொள்கின்றனர்.

தமிழக ஆயர்களது பட்டப்பெயர்கள்

தமிழக ஆயர்கள் அல்லது இடையர்கள் ‘அம்பலக்காரர், கரை யாளர், கீதாரி, கோன் அல்லது கோனார், தாஸ், நம்பி, நாயுடு, பிள்ளை, மணியக்காரர், மந்திரி அல்லது மந்தடி, மன்றாடியார், யாதவ், ரெட்டி, முக்குந்தன்’[8] ஆகிய பெயர்களைத் தம்முடைய பெயருக்குப் பின் சேர்த்துக்கொள்கின்றனர்.

தமிழகத்தில் ஆயர் வாழிடங்கள்

அம்பலக்காரர்: ஆராய்ந்து நீதி வழங்குபவர்கள். இராமநாதபுரம், விருதுநகர், சிவகங்கை ஆகிய மாவட்டங்களில் உள்ளனர்.

கரையர்: குறிப்பிட்ட ஒருவர் தம் சிறப்பான பண்புகளால் குறிப் பிட்ட ஓர் ஊரைத் தம்முடைய ஆதிக்கத்தின் கீழ்க்கொண்டு ஆட்சி செய்துவருவாராயின் அவர் கரையார் எனப்படுவார். நெல்லை, செங்கோட்டை, அதைச் சுற்றியுள்ள பகுதிகளில் வாழ்கின்றனர்.

கீதாரி: கீத்து - கீத்தாரி - கீதாரி (ஈனுதல்). இராமநாதபுரம், விருதுநகர், சிவகங்கை இவர்கள் ஆட்டினத்தை அதிகம் கொண்டவர்கள். செழிப்பு மிக்க பகுதியை நாடிச் செல்வர்; இரவில் விளைநிலங்களில் கிடை வைப்பர்; கார்காலத்தில் சேர்த்துவைத்துள்ள நெல், பணத்துடன் ஊர் திரும்புவர்.

கோன் அல்லது கோனார்: தலைமைப் பண்பையும் கோக்களாகிய பசுக்களையும் கொண்ட ஆயர்கள்.

சேர்வை அல்லது சேர்வைக்காரர்: எல்லாரும் பகை நீங்கி வாழச் செயலாற்றும் ஆயர் இவர்கள். இப்பெயர் செய்தொழில் அடிப் படையில் எழுந்த ஒன்று. இராமநாதபுரம், சிவகங்கை, விருதுநகர் ஆகிய மாவட்டங்களில் உள்ளனர்.

தாஸ்: 'மாயோனின் அடிமை' எனும் பொருளில் தாசன்-தாஸ் என்று அழைத்துக்கொள்கின்றனர். இவர்கள் கோவை, சென்னை, பாளையங் கோட்டை பகுதிகளில் குறைந்தளவில் காணப்படுகின்றனர்.

நம்பி அல்லது நம்பியார்: ஆடவரில் சிறந்தவரைக் குறிப்பிடும் பெயர். குமரி மாவட்டத்தில் குரண்டி எனும் ஊரிலும் அதை சுற்றியுள்ள பகுதிகளில் குறைந்த அளவு மட்டுமே உள்ளனர்.

நாயுடு: செங்கல்பட்டு, அரக்கோணம், வடஆர்காடு-ஆரணி, கொருக்கை, திமிரி, திருவந்திபுரம், சத்தியவிசயநகரம், மாமண்டூர், தைநந்தன் ஆகிய பகுதிகளில் இத்தகைய பட்டத்தையுடைய ஆயர்கள் வாழ் கின்றனர்.

பிள்ளை: ஆயர்களிடம் அதிகம் உள்ள இரண்டாவது பட்டப்பெயர் இதுவாகும். கடவுளின் குழந்தை எனும் பொருளில் இப்பெயர் வழங்கப்பட்டுவருகிறது. தமிழகம் முழுவதும் இந்தப் பட்டத்தை யுடைய ஆயர்கள் வாழ்கின்றனர்.

மணியக்காரர்: கிராமம், கோயில் முதலியவற்றில் மேல்விசாரணை செய்வோர் மணியக்காரர் ஆவார். ஆயர்குடியில் மணியக்கார ஆயர்கள், தலைவர்களாக விளங்குகின்றனர். தமிழகத்தில் குறைந் தளவில் காணப்படுகின்றனர்.

மந்தடி: ஆயர்கள் கால்நடையாகவே மந்தைகளை ஓட்டிச்சென்றதால் மந்தடி எனப்பட்டனர். செங்கல்பட்டு, திருத்தணி, திருவேலங்காடு, புல்லரம்பாக்கம் ஆகிய ஊர்களில் இத்தகைய பட்டத்தையுடைய ஆயர்கள் அதிகளவில் உள்ளனர்.

மந்திரி: வடஆர்காடு, ஆம்பூர், குடியாத்தம், பெரணமல்லூர், பேரணாம் பட்டு, போளூர், வந்தவாசி, வாணியம்பாடி ஆகிய ஊர்களில் இவர்கள் இத்தகைய பட்டத்தையுடைய ஆயர்கள் அதிகளவில் உள்ளனர்.

மன்றாடியார்: மன்றத்துள் அமர்ந்து வழக்குகளை ஆராய்ந்து தீர்ப்பு வழங்கும் ஆயர்கள் மன்றாடியார் என்று அழைக்கப்பட்டனர். கொங்கு மண்டலத்தில் இவர்கள் வாழ்கின்றனர்.

முக்குந்தர்: திருமாலின் பெயர்களுள் ஒன்றான இப்பெயர், ஆயர் களுக்குப் பட்டப்பெயராக வழங்கப்பட்டுவருகிறது. இவர்கள், செங்கல்பட்டு-கொத்தக்கண்டிகை, கொல்லக்குப்பம், பொதட்டூர் பேட்டை, இராமசமுத்திரம், வெங்கடாபுரம் ஆகிய ஊர்களில் காணப் படுகின்றனர்.

யாதவ்: சந்திர குலத்தில் தோன்றிய யயாதி என்னும் அரசனுடைய ஐந்து மக்களுள் ஒருவன் யது. யது குலத்தில் பிறந்தவர்கள் யாதவர்கள் ஆவர். இந்திய அளவில் ஆநிரை மேய்க்கும் ஆயர்கள், 1931இல் யாதவா எனும் பெயரில் அழைக்கப்படுகின்றனர். தமிழக ஆயர்கள் தம்மை இவ்வாறு அழைத்துக்கொள்கின்றனர்.

ரெட்டி: செங்கல்பட்டிலும், வடஆர்காடு, வேலூரிலும் சில ஊர்களில் குறைந்தளவில் உள்ளனர்.

குறும்பர்: குறும்பாடுகளை மிகுதியாக உடையவர்கள் குறும்பர் என்று அழைக்கப்படுகின்றனர். தருமபுரி, திருச்சி, தென்னார்காடு, வடஆர்காடு ஆகிய மாவட்டங்களில் இவர்கள் பரவலாக வாழ் கிறார்கள்.

பூழியர்: பூநாட்டு இடையர்கள் பூழியர்கள் ஆவர். தருமபுரி, சேலம் ஆகிய மாவட்டங்களில் இத்தகைய இடையர்கள் வாழ்கின்றனர்.*"[9]

மதுரை மற்றும் நாகமலை புதுக்கோட்டையில் பஞ்சாரங்கட்டி இடையர்களும் புதுநாட்டு இடையர்களும் அதிகளவில் உள்ளனர். சோழவந்தான் வட்டாரத்திலும் புதுநாட்டு இடையர்கள் பெருமளவில் உள்ளனர். சிவகங்கை புளிக்குளம் பகுதிகளில் பெருந்தாலி இடை யர்களும், விருதுநகர் கூமாபட்டி பகுதிகளில் பெருந்தாலி, சிறுதாலி, தெலுங்கு யாதவர்களும் அதிகளவில் வசிக்கின்றனர். இராஜபாளையம் அடுத்துள்ள சேத்தூர் பகுதிகளில் சிறுதாலி இடையர்களும் உள்ளனர். பெருமாள்தேவன் பட்டியில் வாழும் இடையர்கள் சிறுதாலி இடை யர்கள். இருப்பினும் அவ்வூரில் பெரிய கோனான், சின்ன கோனான் என்று இரண்டு பிரிவுகளாக உள்ளனர். •

அடிக்குறிப்புகள்

1. சிவசுப்பிரமணியக் கவிராயர் (ப.ஆ), நாமதீப நிகண்டு, 1930, ப.159
2. பிங்கல முனிவர், பிங்கலநிகண்டு, 1978, ப.97
3. ஆறுமுக நாவலர் (ப.ஆ.), சூடாமணி நிகண்டு, 2005, ப.50
4. சிங்காரவேலு முதலியார், அபிதானசிந்தாமணி, ப.150
5. அ.முத்துசாமி, சங்க இலக்கியத்தில் ஆயர், 1993, ப.13.
6. எஸ்.எஸ்.சஷி, இந்தியாவின் ஆயர் சமுதாயம், 1990, ப.36-37.
7. எட்கர் தட்சன், தென்னிந்திய குடிகளும் குலங்களும், ப.459-460
8. அ.முத்துசாமி, சங்க இலக்கியத்தில் ஆயர், 1993, ப.17.
9. மேலது, பக். 17-26.

7. தமிழக வடுக ஆயர்கள்

பழந்தமிழர்கள் தெலுங்கு மொழி பேசுவோரை வடுகர் என்றும், தெலுங்கு மொழி வழங்கும் நாட்டினை வடுக நாடு என்றும் அழைத்தனர். வடுகர்களது நாடு, வேங்கட மலைக்கு வடக்கே இருந்தது என்பதையும் அங்குள்ள மக்கள், தமிழல்லாத வேற்று மொழி பேசுவோர் என்ற பதத்தில் மொழிபெயர் தேயத்தினர் என்றும் சங்க இலக்கியங்கள் குறிப்பிடுகின்றன. மேலும் இவர்களது பண்புகளையும் சிறப்பையும் சங்கப் புலவர்கள் தம் பாடல்களில் பதிவுசெய்துள்ளனர்.

வடவடுகரின் வாளால் தன் நாட்டுக்கு நேர்ந்த கேடுகள் நீங்குமாறு, சோழன் செருப்பாழியெறிந்த இளஞ்சேட் சென்னி, அவர்களை அடக்கி ஒடுக்கினான் என்று ஊன்பொதி பசுங்குடையார் என்னும் புலவரும் (புறம்.378:2), கல்வியறிவில்லாது நெடுமொழி கூறும் இயல்பினையுடைவர்களும், சினமிக்க நாயை உடையவர்களுமான வடுகர்கள், வலிய போர்முனைபோன்ற சுரத்தில் வாழக்கூடியவர்கள் என்று காவிரிப் பூம்பட்டினத்து காரிக்கண்ணனாரும் (அகம்.107:11) குறிப்பிடுகின்றனர். வடுகர்களது நாடு தொண்டையர்களுக்குரிய வேங்கட மலைக்கு அப்பால் உள்ளதென்றும், அவர்கள், வைகறை நேரத்தில் மலரும் காட்டு மல்லிகையின் பூக்களை வண்டுகள் மொய்க்குமாறு தலையில் சூடியிருப்பர் என்றும், பகைவரோடு போரிட்டு கைப்பற்றிய பசுக்கூட்டங்களைப் பெறுவதற்காகக் காலை நேரத்திலேயே தம் தெய்வத்துக்கு முதிர்ந்த கல்லைப் பலியாகச் செலுத்துவர் என்றும், புலால் கலந்த சோற்றை உண்ணக்கூடியவர்கள் என்றும், அவர்களது நாடு நீண்ட இடத்தைக் கொண்டதென்றும், நிழலும் நீரும் இல்லாது, தீயை அள்ளிக் கொட்டியதைப் போன்று தகிக்கும் இயல்புடையது என்றும் தாயங்கண்ணனார் குறிப்பிடுகின்றார் (அகம்.213:3-10).

இளம்பெருஞ்சென்னி என்னும் சோழன், பாழி என்னும் அரணை அழித்து, வம்ப வடுகரது தலையைக் கொய்தொழித்தான் என்று

இடையன் சேந்தன் கொற்றனாரும் (அகம்.375:14), செல்லச்செல்ல நீளம் குறையாத வழியையுடைய இடத்தில் கன்றின் தோலால் வேயப்பட்ட குடிலில், சினங்கொண்ட நாயை உடைய வடுகர் வாழ்வர் என்று மதுரை இளங்கௌசிகனாரும் (அகம்.381:7) குறிப்பிடுகின்றனர்.

புல்லி என்பானுக்குரிய வேங்கட மலைக்கு அப்பால், வடுகர் என்னும் இனத்தாருளர் என்றும், அவர்கள் வேற்றுமொழி பேசுபவர்கள் என்றும், வலிமை பொருந்திய வில்லில் எப்போதும் அம்பினைத் தொடுத்து, பகைவரைக் கொல்லுதலையே கருத்தாகக் கொண்டவர்கள் என்றும், ஓய்வு நேரங்களிலெல்லாம் மதுவில் திளைத்திருப்பவர்கள் என்றும் (அகம்.295:15-18). மேலும், தங்களுடைய விற்களை மயில் தோகையால் சுற்றியிருப்பர் என்றும், அது பல கண்களைத் திறந்து பார்ப்பது போன்றிருக்கும் என்றும், அதிலிருந்து எய்யப்பெறும் அம்புகள் விரைந்து சென்று இலக்கைத் தாக்கும் என்றும், வடநாட்டு மன்னர் மரபினராகிய மோரியர்கள் தென்னாட்டின் மீது படையெடுக்க, தீராத பகைக்குணம் உடைய இவ்வடுகர்களைத் துணையாகக் கொண்டனர் என்றும், படையெடுப்பதற்கு வசதியாகக் குறுக்கே நின்ற மலையை வெட்டி, வடுகர்கள் பாதை உண்டாக்கித் தந்தனர் என்றும் (அகம். 281:4-9) வடுகர்கள் குறித்து மாமூலனார் குறிப்பிடுகின்றார்.

வடுகர்கள் கஞ்சங்குல்லையாலாகிய மாலையை அணிந்திருந்தனர் (குறு.11:5). நெடும்பெருங்குன்றங்களில் வாழ்ந்திருந்த வடுகர்கள், கடிய ஒலியையுடைய பம்பையையும், சினம் கொண்ட நாயையும் கொண்டிருந்தனர் (நற்.212:5).

வடுகர்களது தலைவன் குறித்து அகநானூற்று (அகம்.253:18) பாடலொன்று குறிப்பிடுகிறது. அயிரி என்னும் ஆறு, வடக்கே உள்ள வடுகர்களது நாட்டில் உள்ளதென்றும், அதற்கு தலைவன் எருமை என்பவனாவான் என்றும், மலைநாட்டினரான அவனது வடுக வீரர்கள் மலைப் பகுதிகளில் தங்களுடைய பகைவர்களது ஊர்களில் நள்ளிரவுப் பொழுதில் புகுந்து பசுக்கூட்டங்களைக் கவர்வர் என்றும், மற்றொரு ஊரில், இரவு நேரத்தில் மாடுகள் அடையும் தொழுவுக்கு வந்து அவற்றைக் கவர்ந்து சென்று, தம் ஊர் மன்றத்தில் தம் தலைவன் காணும்படி நிறுத்துவர் என்றும் நக்கீரர் குறிப்பிடுகிறார்.

மேற்கண்ட சான்றுகளின் அடிப்படையில் கீழ்க்காணும் செய்திகளை அறியமுடிகிறது.

- தெலுங்கு மொழி பேசும் வேற்றினத்தினர் வடுகர் எனப்பட்டனர்.
- அவர்களின் வாழ்விடம் வேங்கட மலைக்கு வடக்கே இருந்தது; அது வறட்சியான பகுதியாக இருந்தது.
- குன்றுகளில் இருந்த அவர்களது குடியிருப்பு கன்றின் தோலால் மூடப்பட்ட குடிலையுடையதாக இருந்தது.
- வடுகர்கள் வேட்டைக்கும் போருக்கும் வில், அம்புகளைப் பயன்படுத்தினர்.
- வடுகர்கள் கல்வியறிவில்லாதவர்களாகவும், நெடுமொழி பேசக் கூடியவர்களாகவும் இருந்தனர்.
- தமிழ்நிலத்தோருக்கு இன்னல்களைத் தந்தவர்களாக விளங்கினர்.
- சினம்கொண்ட வேட்டை நாய்களை வளர்த்தனர்.
- வேற்றூர்களிலும், பகைவரது புலங்களிலும் உள்ள பசுக்கூட்டங் களைக் கவர்ந்தனர்.
- காட்டு மல்லி, கஞ்சங்குல்லை முதலிய மலர்களைத் தலையில் சூடினர்.
- காலை நேரத்தில் தெய்வ வழிபாடு செய்தனர். வழிபாட்டில் ஊன் உணவுகளைப் பலியாகக் கொடுத்தனர்.
- பம்பை என்னும் இசைக்கருவியை இசைத்தனர்.
- வடநாட்டு மோரியர்கள் தென்னாட்டின் மீது போர் தொடுக்க பாதை ஏற்படுத்தி உதவிப் புரிந்தனர்.

என்பதையும் சங்க இலக்கிய சான்றுகள் மூலம் அறியமுடிகிறது.

வடுக ஆயர், கூமாப்பட்டி, விருதுநகர்

பண்டுதொட்டே வடுகமக்கள்தமிழ்நிலப்பகுதியில்புலம்பெயர்ந்து வந்துள்ளனர். அவர்களில் ஆநிரை மேய்க்கும் வடுக ஆயர்கள் மேய்ச்சல் நிலம்தேடி தமிழக நிலப்பரப்புக்குள் அவ்வப்போது இடம் பெயர்ந்துள்ளனர். கி.பி. 13ஆம் நூற்றாண்டுவரை வடுக ஆயர்கள் தமிழக நிலப்பரப்புக்குள் இடம்பெயர்ந்தமைக்கான இலக்கியச் சான்றுகள் கிடைத்தில. காட்டமராஜு கதலு என்னும் தெலுங்கு கதைப்பாடல், கி.பி.13ஆம் நூற்றாண்டில் தமிழக நிலப்பரப்புக்குள் இடம்பெயர்ந்த வடுக ஆயர்கள் பற்றி விவரிக்கிறது.

தெலுங்கு யாதவர்கள் அல்லது கோல்லர்கள்

தமிழகத்தில் வாழும் வடுக ஆயர்கள், தங்களைத் தெலுங்கு யாதவர்கள் என்று அழைத்துக்கொள்கின்றனர். யாதவ என்னும் சொல், தமிழ் இலக்கியங்களில் குறிப்பாக, பக்தி இலக்கியங்களில் திருமாலைக் குறிக்க, ஆழ்வாளர்களால் பயன்படுத்தப்பட்டுள்ளதைக் காண்கிறோம். இதனையடுத்து, பள்ளு இலக்கியங்களில், யாதக் கோன், யாதவக்கோன் (*வையாபுரிப்பள்ளு.110:4*) போன்ற சொற்கள் பயின்று வருவதைக் காணலாம்.

தயிர் கடையும் வடுக ஆய்ச்சி, வத்திராயிருப்பு, விருதுநகர்

ஆந்திரப்பகுதிகளில் வாழும் தெலுங்குமொழி பேசும் ஆயர்கள் கோல்லர்கள் எனப்படுகின்றனர். கோபால என்னும் சொல்லின் திரிந்த வடிவமே கோல்ல, கோல்லர் என்பதாகும். மகாபாரதத்தில் கூறப்படும் யயாதியின் மரபில் வந்தவர்கள் இவர்கள் என்று தங்களைச் சுட்டிக்கொள்கின்றனர். யயாதிக்கு ஆறு பிள்ளைகளாவர். ஆறாவது பிள்ளை கரி என்பவனாவான். கரியினுடைய மகன் பெனுபூதி. பெனுபூதிக்கு நான்கு பிள்ளைகளாவர். அவர்களில் நான்காவதாகப் பிறந்தவர் சிம்ஹாத்ரிராசு என்பவராவார். இவருக்குப் பெத்தராசு,

எருனுக ராசு, தொரனொக ராசு, போனி ராசு என நான்கு பிள்ளைகள். இந்த நான்கு பேரின் மரபில் வந்தவர்களே கோல்லர்கள் என்பது அவர்களிடையே வழங்கப்பட்டு வரும் கதைவழக்காகும்.

தெலுங்குமொழி பேசும் கோல்லர்களிடையே பல்வேறு உட்பிரிவுகள் உள்ளன. (காண்க: இந்திய ஆயர் குழுக்கள் - கொல்லாக்கள் அல்லது கோல்லர்கள்). ஆனால், தமிழகத்துக்குள் இடம்பெயர்ந்து வாழும் கோல்லர்கள் அல்லது வடுக ஆயர்கள், தற்போது தெலுங்கு யாதவர்கள் என அழைக்கப்படுகின்றனர். உண்மையில் கோல்லர்கள் பின்பற்றும் எவ்வித சடங்கு முறைகளையும் இவர்கள் பின்பற்றுவது கிடையாது. பல நூறு ஆண்டுகளாகத் தமிழகத்தில் வாழும் இவர்களது வாழ்வியல் முறைகள் தமிழக சூழலுக்கு ஏற்ப அல்லது தமிழ் மக்களது வாழ்வியல் முறைகளைப் பின்பற்றி அமைந்திருப்பதைக் காணலாம். கோல்லர்களின் காணப்படும் உட்பிரிவுகள், தமிழகத்தில் -குறிப்பாகத் தென்தமிழகத்தில் வாழும் மக்களிடையே காண முடிவதில்லை. அவர்கள் வடக்கே இருந்து இடம்பெயர்ந்து, தென்பகுதியில் நிலையாகத் தங்கி பின் அங்கிருந்து இடம்பெயர்ந்த ஊர்ப்பெயர்களின் அடிப்படையில் அழைக்கப்படுகின்றனர். பொதுவாகத் தமிழகத்தில் வாழும் தெலுங்கு ஆயர்கள் வடுகாயர் என்ற அழைக்கப்படுவதை அறிவோம். அவர்கள் சில இடங்ளில் பூசகொல்லவாரு என்றும், பொக்கிஷ வடுகர் என்றும், காவடி வடுகர் என்றும் அழைக்கப்படுகின்றனர். பெரும்பான்மையாக, தச்சநல்லூர் வகை, மாவடிக்கால் வகை, பாவூர் வகை, குருமூர்த்தி நாயக்கன் பட்டி வகை என்று நான்கு பெரும் பிரிவுகளாகக் குறிப்பிடப்படுகின்றனர்.

தமிழக ஆயர்களோடு நெருங்கிப் பழகுபவர்களாகவும், கால்நடைப் பொருளாதாரத்தில் ஒருவருக்கொருவர் உதவுபவர்களாகவும் விளங்குகின்றனர். கங்கம்மா அல்லது கங்காபரமேஸ்வரி என்னும் பெண் தெய்வத்தை வணங்கும் இவர்கள், பிறப்பு முதல் இறப்பு வரையிலான சடங்குமுறைகளில் சில தனித்துவமான நடைமுறைகளைக் கையாளுகின்றனர். கோயில் வழிபாட்டு முறைகளில் விருதுநகர் வேப்பிலைப் பட்டியில் இவர்கள் நிகழ்த்தும் கங்கையம்மன் திருவிழா பிரசித்திப் பெற்றதாகும். தமிழகம் முழுவதும் வடுக ஆயர்கள் அல்லது யாதவர்களது குடியிருப்புகளைக் காணமுடியும். •

8. முதன்மையான சில இந்திய ஆயர் குழுக்கள்

கால்நடைகளைப் பேணுவதை மட்டுமே தலையாயத் தொழிலாகக் கொண்ட பல்வேறு ஆயர் குழுக்கள், இந்திய நிலப்பரப்பு முழுவதும் பன்னெடுங்காலமாக வாழ்ந்துவருகின்றன. இவர்கள், அக்ரய்யா, அஹீர், இடையர், ஊராவன், ஓராவன், கங்காஜலி, கதரியா, கதி, காதர், குர்க், குருபா, குரும்பர், குவால், குவாலா, கோசி, தங்கர், நிக்கர், பகத், பகேல், பகேலா, பஞ்சாரா, பாக்க்ஷத்ரியா, பாரூத், பேத்வார், மர்ஹட்டா, மராட்டார, மேஷ்பால், யாதவ், ரபாரி, ராஜ்பால், ரேவாதி, வாகளே, ஸைலே, ஹட்கர், ஹல்தர் என்று பல்வேறு பெயர்களால் அறியப்படுகின்றனர். இவர்களில் வங்கத்தில் கதேரி, ஹல்தார், உத்திரபிரதேசத்தில் தங்கர், நிக்கர், பால், பகேல், பீகாரில் கத்தர், கங்காஜலி, பகத், மகராஷ்டிராவில் தங்கர்கள், மால்வாவில் காரி, ஆந்திரத்தில் கொல்லாக்கள், கருநாடகத்தில் குரும்பர்கள், தமிழகத்திலும் கேரளத்திலும் இடையர்கள், ஒரிசாவில் ஒரான், அல்லது ஸைலே முதலானோர் குறிப்பிடத்தக்கவர்களாவர்.

ஆயர் குழுக் குறித்து, 'அஹீர், கதரியா, குஜார் மூன்றும் ஒரு குலைக்காய்கள்' என்றும், 'அஹீர், கதரியா, கூஜர், குவாலா நான்கும் ஒரு குலைக்காய்கள்' என்றும் பழமொழி வழங்கப்பட்டு வருவதாக எஸ்.எஸ்.சஷி குறிப்பிடுகிறார். வடஇந்தியாவில் பால் (Pal), பகேல் *(pakel)*, அஹீர்கள் (Ahir), கதிகள் (Gaddi), தங்கர்கள் *(Dhangar)*, கதரியாக்கள் (Gadaria), கோபால் (Gopal) போன்ற ஆயர் குழுக்களும், தென்னிந்தியாவில் கொல்லாக்கள் (Golla), குரும்பர் அல்லது குறும்பர்கள் (Kurumbar), ஆயர் (Ayar), கோலாயர்கள் (Kolayar) போன்ற ஆயர்குழுக்களும் முதன்மையானவைகளாகத் திகழ்கின்றன. அஹீர்கள், தங்கர்கள், கதரியாக்கள், கோபால்கள் போன்றோர் வட இந்தியா முழுதுவதிலும் வெவ்வேறு பகுதிகளில் வெவ்வேறு பெயர்களிலும் அழைக்கப்படுகின்றனர். மேலும் இவர்களிடையே பல்வேறு கோத்திரப்பெயர்கள் வழக்கிலுள்ளன.

குரும்பர் அல்லது குறும்பர் (Kurumba)

குரும்பர்கள் ஆந்திர பிரதேசத்திலும் கருநாடகத்திலும் தமிழ் நாட்டிலும் ஒரிசாவிலும் வாழ்கின்றனர். குருபா (Kuruba), குருப் (Kurub), குராப் (Kurab), குருபன் (Kuruban), குரும்பன் (Kurumban), குரும்பா (Kurumba), லிங்காயத் குருபா (Lingayat Kuruba), குரு பாரு (Kurubaru) என்ற பெயர்களில் கருநாடகத்தில் பரவலாக வாழ் கிறார்கள். குருபா (Kuruba), குருமா (Kuruma) என்ற பெயர்களில் ஆந்திரத்திலும் வாழ்கிறார்கள். குரும்ப கௌண்டர் என்ற பிரிவினர் தமிழகத்தில் வாழ்கிறார்கள்.

'குரி என்ற கன்னடச் சொல்லுக்கு ஆடு என்று பொருள். இதிலிருந்து குருபா, குரபா என்ற பெயர்கள் தோன்றின. ஆடு மேய்க்கும் ஆயர் என்பது இதன் பொருளாகும். இவர்கள் கன்னட மொழியினர் ஆவர். கிராமப்புறங்களில் வாழ்கின்ற குருபர்கள் விவசாயத்திலும் கால்நடை வளர்ப்பதிலும் ஈடுபட்டிருக்கின்றனர். காடுகளும் மேய்ச்சல் தரைகளும் உள்ள பகுதிகளில் பேரளவிலான ஆடுகளை வளர்க்கின்றனர். உடையார் என்ற பெயராலும் குருபர் சமூகம் குறிப்பிடப்படுகிறது. இதற்கு ஆயர் என்றே பொருள் கொள்ளப்படுகிறது. குருபர்களிடம் இரண்டு பிரிவுகள் காணப்படுகின்றன. இவர்கள், கம்பள உரோமம் உடையவர்கள், பருத்தி உடையவர்கள் என்று அழைக்கப்படுகின்றனர். இப்பிரிவுகளின் தோற்றம் குறித்து ஒரு கதை வழங்கப்பட்டு வருகிறது. வெகு காலத்துக்கு முன் இரண்டு குருபர் சகோதரர்கள் வெவ்வேறு பகுதிகளில் குடியேறினர் என்றும் இவர்களுள் ஒருவருடைய மகள், திருமண வயதை அடைந்ததும், குல வழக்கப்படி கம்பள நூலைக் கையில் கட்ட முடியாமல் பருத்தி நூலைக் கட்ட நேர்ந்ததால் மற்றொரு சகோதரன் சினந்து, அன்று முதல் ஒரு தனிப் பிரிவை அமைத்துக்கொண்டார் என்றும் கூறப்படுகிறது.

குரம்பா என்னும் ஆயர் சமூகத்தினர், கருநாடகத்துக்குத் தெற்கே, குரம்பா நதிக்கு அடுத்துள்ள பகுதிகளில் வாழ்ந்துவருகின்றனர். கருநிறமுடைய இவர்களது முதன்மைத்தொழில் ஆடு, மாடு வளர்ப்ப தாகும். மகாராஷ்டிரத்திலிருந்து இடம்பெயர்ந்த குரும்பர்களில் ஒரு பிரிவினர் கருநாடகத்திலும் மற்றொரு பிரிவினர் தமிழ்நாட்டிலும் குடியேறியதாகக் கூறப்படுகிறது. குருபர் என்ற சொல்லிலிருந்து தோன்றியதே குரம்பர் அல்லது குரம்பர் என்ற பெயராகும்.'[1] இவர்களிடையே 105 கோத்திரங்கள் காணப்படுகின்றன.[2]

'காட்டுக்குறும்பர் எனப்படும் மைசூரைச் சேர்ந்த பழங்குடிகளான குறும்பர்கள், மலைக் குறும்பர் (பெட்ட குறும்பர்), தேன் குறும்பர் (ஜேனு குறும்பர்) என இரு பிரிவினராக உள்ளனர். மலைக் குறும்பர் களிடையே யானை, பெவின (வேம்பு), கொள்ளி (தீக்கட்டை) என்ற உட்பிரிவுகள் உள்ளன. இவர்கள் சுறுசுறுப்பும் நல்ல இயங்கும் திறனும் கொண்ட திறமைவாய்ந்தவர்களாக உள்ளனர்.'[3]

கொல்லாக்கள் அல்லது கோலர்கள் (Golla)

கோலர்கள் கருநாடகம், ஒரிசா, மகாராஷ்டிரா, தமிழ்நாடு முதலிய மாநிலங்களில் வாழும் இடைக்குலத்தவராவர். ஒரிசாவில் மேகல கொல்லா, புண்ணு கொல்லா, லக்ஷ்மிநாராயண் கொல்லா, கௌடிய கொல்லா என்ற பெயர்களிலும் வழங்கப்பெறுகின்றனர். கிருஷ்ண கொல்லா என்ற பெயரில் கருநாடகத்தில் வாழ்கின்றனர்.

'கோல்லர்கள் முல்லை நிலஞ்சார்ந்த தெலுங்கு பேசும் இடைக்குலச் சாதியினராவர். இவர்கள், கண்ணனுடைய மரபில் வந்தவர்கள் என்று கூறிக்கொள்கின்றனர். ஆடு மாடுகளை மேய்த்தலும் பால் விற்பதும் கோல்லர்களின் முதன்மைத் தொழில் ஆகும். எனினும், பயிர்த்தொழிலிலும் அரசுப்பணிகளிலும் ஈடுபட்டுள்ளதைக் காண முடிகிறது. நவாப்பின் காலத்தில் இவர்கள் பொக்கிஷங்களைப் பாதுகாக்கும் பணியில் அமர்த்தப்பட்டதால் பொக்கிஷ கொல்லர் என்ற உட்பிரிவு தோன்றியது. இவர்களில் சிலர் தங்களைக் கோ-வைசியர் பிரிவைச் சார்ந்தவர்கள் என்றும் கூறிக்கொள்கின்றனர். கோல்ல என்ற பெயர், வடமொழிப் பெயரான கோபால என்பதன் சுருங்கிய வடிவ மாகக் கருதப்படுகிறது. கோல்லர்கள் தங்களைக் கோனானுலு, கோனார்லு என அழைத்துக்கொள்வதோடு சிலவேளைகளில் தமிழ் நாட்டு இடையர்களைப் போன்று கோனார் என்ற பட்டபெயரையும் சேர்த்துக்கொள்கின்றனர். மேலும் அண்ணா, அய்யா, நாயுடு என்று அழைத்துக்கொள்வதையும் காணமுடிகிறது. பணப்பெட்டிகளுடன் செல்லும் கோல்லர்கள் தனபாலர் எனப்பட்டனர். கண்ணன் இவர் களது முழுமுதற் தெய்வமாவான். மைசூரைச் சேர்ந்த கோல்லர்களுள் ஊரு, காடு என்ற இரு பெரும் பிரிவுகள் காணப்படுகின்றன. காடு கோல்லர்கள், வடக்கேயிருந்து தெற்கே இடம்பெயர்ந்தவர்களாகக் கருதப்படுகின்றனர். இவர்கள் இன்றளவும் நாடோடிகளாக ஊருக்குப் புறத்தே தடுக்குகளால் வேயப்பட்ட குடிசைகளிலேயே வாழ்ந்து வருகின்றனர். கோல்லர் சாதியின் பல உட்பிரிவுகள் உள்ளன. அவற்றுள் எர்ர அல்லது யெர்ர, ஆல அல்லது மேகன, பூசா

அல்லது பூசை, கங்கெத்து, கௌட, கர்ண, பாகனாடி, ராச்சா (அரசர்), பெத்தெடி, தய்யாலகுலத்தார், பெரிகே மக்களு அல்லது முஷ்டிகோல்லர், பொதபோத்டுவர், காவடிவடுகாயன், பொக்கிஷ வடுகர், கோல்லர், கோல்ல ஒட்டேர் ஆகியன உட்பிரிவுகளாகப் பதிவு செய்யப்பட்டுள்ளன.'[4]

கருநாடகத்தில் ஊருகொல்லா, காடுகொல்லா என இரண்டு பிரிவு களும் இவர்களிடையே காணப்படுகின்றன. ஊருகொல்லாக்கள் கிராமங்களிலும் நகரங்களிலும் வாழ்கின்றனர். காடுகொல்லாக்கள் காட்டுப் பகுதிகளில் வாழ்கின்றனர். இவர்கள் காட்டுக் குருபர்கள் என்றும் அழைக்கப்படுகின்றனர். கொல்லாக்கள் யாதவ அல்லது கிருஷ்ண குலத்தினர் என்று கருதப்படுகின்றனர். நெற்றியில் நாம மிடும் இவர்களில் சிலர் பிராமணர்களைப் போன்று பூணூல் அணிந்துகொள்கின்றனர். கொல்லாக்களிடையே பல குலங்கள் உள்ளன. இவர்கள் அகமணமுறையைப் பின்பற்றுகின்றனர். ஒன்டிச் சப்பரம்வாள்ளு, ரெண்டுச்சப்பரம்வாள்ளு என்பவை இரண்டு முக்கியமான குலங்கள் ஆகும். கொல்லாக்கள் இடையே நூற்றியொரு கோத்திரப் பெயர்களைக் காணமுடிகிறது. இவை தாவரங்கள், விலங்குகள், வேறு பொருட்கள் ஆகியவற்றின் பெயர்களால் வழங்கப் படுகின்றன. ஒரே கோத்திரத்தைச் சேர்ந்தவர்கள் சகோதரர்களாகவும், சகோதரிகளாகவும் கருதப்படுகின்றனர். இவற்றுள் அக்னி, ஆவுல் (பசு), கொர்ரெல (செம்மறியாடு), நக்கல (குள்ளநரி), கட்டாரி (குறுவாள்), வங்காயல (கத்திரிக்காய்), அலசந்தலு (காராமணி), பண்டி (வண்டி), கொம்முல (கொம்பு), மேகல (வெள்ளாடு), சம்ஹா (சிங்கம்) முதலியவைக் குறிப்பிடத்தக்கவைகளாகும். இவற்றோடு மேலும் 79 கோத்திரங்களை இவர்கள் கொண்டிருக்கின்றனர்.[5] கண்ண னைப் பல்வேறு பெயர்களில் வழிபடும் இவர்கள் சிவனையும் குலதெய்வமாக வணங்கிவருதைக் காணமுடிகிறது. மேலும் மாரி யம்மா, அங்கம்மா, எல்லம்மா, கங்கம்மா போன்ற ஊர்த்தெய்வங் களையும் விலங்குகள், மரங்களையும் வழிபடுகின்றர்.'[6]

கோபால் (Gopal)

கோபால் என்னும் சமூகத்தினர் மகராஷ்டிரா, குஜராத், கருநாடகம், மத்தியபிரதேசம், ஒடிசா, கோவா, ஆந்திரபிரதேசம் ஆகிய மாநிலங் களில் வசிக்கிறார்கள். அஸ்ஸாமில் கோப் (Gop) என்றும், பீகாரில் கோபி (Gope) என்றும், மத்திய பிரதேசத்தில் கோப் (Gop), கோபால் (Gopal) என்றும், மேற்கு வங்கத்தில் பல்லவ் கோபி (Pallav Gope),

ப்பல்லவ் கோபி (Ballav Gope), யாதவ் கோபி (Yadav Gope) என்றும், மகராஷ்டிராவில் கோபால் போர்பி (Gopal Bhorpi) என்றும் வழங்கப்படுகின்றனர்.

'மேஷ்பால் என்பது கோபால் என்ற பெயரின் பழைய வடிவமாகும். முன்பு மேஷ்பால் என்று அழைக்கப்பெற்ற பலர் தற்போது கோபால் என்று அழைக்கப்பெறுகின்றனர். இந்த இரு பிரிவினரும் எருமைப் பால் வியாபாரம் செய்து வருவதால் அவர்கள் பைன்ஸ் பால்கள் (எருமை பராமரிப்பவர்கள்) என்று குறிப்பிடப்படுகின்றனர்.

இவர்களுடைய வீடுகளில் பால் நீக்கமற நிறைந்துள்ளதைக் காணமுடிகிறது. பரவலாக வாழும் இவர்கள், பிற மக்களுக்குத் தேவைப்படும் பால் பண்டங்களை வழங்குகின்றனர். கோபால் சாதி பெண்களில் பலர், கிருஷ்ணனின் வளர்ப்புத் தாயாகிய யசோதையின் பெயரைச் சூட்டிக்கொள்கின்றனர். பால் இனத்தினர், விருந்தினர் களைச் சிறப்பாகப் பேணுவதையும் வீட்டுக்கு வரும் விருந்தினரை ஓர் ஊஞ்லில் அமரவைத்து ஆட்டிவிடுவதையும் வழக்கமாகக் கொண்டுள்ளனர். பிற ஆயர் சமூகங்களிலும் இவ்வழக்கம் காணப் படுகிறது.'[7]

அஹீர்கள் (Ahir)

நெடிய வரலாற்றுப் பின்புலம் கொண்ட ஆபிரர் எனப்படும் அஹீர்கள், தற்போது பீகார், சண்டிகர், மத்திய பிரதேசம், மேற்கு வங்காளம், உத்திரபிரதேசம், ஒரிசா, குஜராத், மகாராஷ்டிரா, ராஜஸ் தான், டெல்லி, சட்டீஷ்கர், ஹரியானா, ஜார்க்கண்ட், திரிபுரா, உத்ரகாண்ட் என வடஇந்தியா முழுமையும் பரந்து வாழ்கின்றனர்.

இவர்கள் மத்திய ஆசியாவிலிருந்து கிறித்தவ ஆண்டுத் தொடக்கத் துக்கு முன்போ பின்போ இந்திய நிலப்பரப்புக்குக் குடியேறிய பழங்குடிகளான ஆபிரர்களின் மரபினர்களாவர். ஆபிரவா என்ற சொல்லிலிருந்து அஹீர் என்னும் சொல் தோன்றியது. ஆபிரர்கள் குறித்துப் புராணங்களிலும் மகாபாரதத்திலும் பல்வேறு குறிப்புகள் காணப்படுகின்றன. முதலாம், இரண்டாம் நூற்றாண்டுகளில் இவர்கள் அரசமைப்போடு வாழ்ந்ததை முன்னர் கண்டோம். இவர்களின் வழிவந்த அஹீர்கள் தற்போது வடஇந்தியா, மத்திய இந்தியா, மேற்கு - வடக்குத் தக்காணம் ஆகிய பகுதிகளில் பரவலாக வாழ்கின்றனர். அஹிர்கள் அதிகளவில் வாழும் பகுதிகள் அஹிர்வதி என்றழைக்கப் படுகின்றன. சான்றாக, உத்திரபிரதேசத்தின் மிர்சாபூர், காண்டேஷ், படாயூன் மாவட்டங்கள் அஹிர்வதி என்றே அழைக்கப்படுகின்றன.

இவர்களிடையே வழங்கப்பட்டுவரும் பெரும் பிரிவு களான யதுவன்ஷி, நந்தவன்ஷி, குவால்வன்ஷி / குவால்ஸ் / கோப், கோசி, ஃபடக், கிஷ்நாட், மாதாத் ஆகியவற்றின் மூலம் இவர்களின் மரபுக் குறித்து அறியமுடிகிறது.

யதுவன்ஷி அஹிர் (யதுபன்சிஸ், யதுபன்ஸ், யாதவன்ஷி, யாதவம்ஷி) என்னும் பெயர் யது - யாதவர் வழிவந்தவர்கள் என்பதைக் குறிக்கும். ஓர் அரக்கனை வீழ்த்த கிருஷ்ணன் குவால் மக்களுடன் யமுனா ஆற்றைக் கடந்தார். அவருடன் ஆற்றைக் கடந்தவர்கள் நந்தவன்ஷி அஹிர் எனப்பட்டனர். குவால்வன்ஷி அஹிர்கள் குவால்ஸ், கோப்ஸ் என்றும் அழைக்கப்படுகின்றனர். இவர்கள் வரலாற்று ரீதியாகத் தொல் இடையர்களுடன் தொடர்புடையவர்கள். யதுவன்ஷி அஹிர்களின் மூதாதையர்களிடமிருந்து தோன்றிய ஒரு குழுவே கோசி ஆகும். இது வடஇந்தியாவில் குறிப்பிடத்தக்க அஹிர் குழுவாகும். ஃபடக் அஹிர் என்பது வேளாண்மை செய்யும் குழுவினர் களைக் குறிக்கும். உத்திரபிரதேசத்தின் மதுரா, ஷிகோகாபாத், ஜலேசர், ஆக்ரா, ஹத்ராஸ், அலிகார், ஈட்டா, மெயின்பூரி, ஃபாருகாபாத் ஆகிய மாவட்டங்களில் இவர்கள் அதிகளவில் வாழ்கிறார்கள். அஹீர்களின் ஒரு பிரிவினருக்குச் சித்தோர் மன்னர் வழங்கிய கௌரவப் பட்டமே ஃபடக் என்பதாகும். கிஷ்நாட் அஹிர்கள் பீகார், கிழக்கு உத்திரபிரதேசம், டெல்லி ஆகிய பகுதிகளில் வாழ்கின்றனர்.

மதாத் அஹிர்கள் பீகாரின் மிதிலா பகுதியில் வாழும் சத்திரிய யாதவ குலத்தவர்கள் ஆவர். மஹத் அல்லது மதுராத் (யதுவன்ஷி) என்றும் அழைக்கப்படுகிறார்கள். கிருஷ்ணருக்கு முன்பு யாதவ குலத்தில் பிறந்தவர் மது என்பவராவார். அவரது மரபினரே மதுவன்ஷி அஹிர்களாவர். மது மன்னருக்குப் பிறகு யாதவர்கள் மாதவர் எனப்பட்டனர். கிருஷ்ணன் மாதவ குலத்தினன் என்பதாலேயே அரச்சுனனால் மாதவன் என்றழைக்கப் பட்டான். பீகாரில் மாதேபுரா, வைஷாலி, மதுபனி, சுபால், சஹர்சா மாவட்டங்களில் இவர்கள் அதிகளவில் வாழ்கிறார்கள்.

பொதுவாக அஹிர்கள் கவோலி (Gaoli), குவாலா (Guala), கோல்கள் (Golkar), கோலன் (Gaolan), இராவத் (Rawat), கஹ்ரா (Gahra), மகாகுல் (Mahakul) என்ற பெயர்களால் அறியப் படுகின்றனர். அஹிர்களிடையேயுள்ள கோத்திரங்கள் மறைந்துவருகின்றன.[8]

கோபாலர் என்னும் பெயரிலிருந்து குவாலா என்னும் பெயர் தோன்றியது. பசுவின் பாதுகாவலர்களுக்குப் பெங்காலியில்

வழங்கப்படும் பெயர் கோவாலி ஆகும். கோலன்கள் என்றழைக்கப் படுவோர் ஐதராபாத் இராஜ்ஜியம் என்றழைக்கப்படும் பேரர் பகுதியில் காணப்படுகின்றனர். கோல்கள் தெலுங்கு கோலர்கள் அல்லது கிரேசியர்களிடமிருந்து தோன்றியவர்களாவர். இராவத் என்பது இராஜபுத்திர மரபைச் சேர்ந்த குழுவினர்களாவர். இது சதீஷ்கரில் உள்ள குறிப்பிடத்தக்க அஹிர் குழுவாகும். இராஜபுத்திரர்களிடையே அவர்களது பிள்ளைகளை வளர்க்கும் செவிலியர்கள் தாவுவா அஹிர் எனப்படுகின்றனர். மகாகுல் அஹிர்கள் நந்தவன்ஷி பிரிவைச் சார்ந்த வர்களாவர். இவர்கள் ஜாஸ்பூர் மாநிலத்தில் காணப்படுகின்றனர். மாண்ட்லாவின் கோன்ரா அஹிர்களும், ஜுபல்பூரின் கமாரியாக்களும் நந்தவன்ஷி மரபைச் சார்ந்தவர்களே. மேலும் பல்வேறு உட் பிரிவுகளின் பெயர்களாலும் வடஇந்தியாவில் பரவலாக அஹீர்கள் அறியப்படுகின்றன.[9]

மொழி

அஹிர்கள் பேசக்கூடிய கிளைமொழிகள் இன்றும் வழக்கில் உள்ளன. பஞ்சாபின் ரோஹ்தக், குர்கான் மாவட்டங்களிலும், டெல்லியைச் சுற்றிலும் உள்ள அஹிர்வதிக்களில் அஹிர் மொழி பேசப்படுகிறது. அஹிரி எனப்படும் இம்மொழி இராஜஸ்தானியின் வடிவங்களில் ஒன்றான மால்வி என்னும் மொழியை ஒத்ததாகும். குஜராத்தியின் வடிவத்தோடு காந்தேஷ் பிரதேசங்களில் (மத்திய பிரதேசம், மகாராஷ்டிரம்) அஹிராணி என்று அஹிர்களின் மொழி வழங்கப்படுகிறது. பெரும்பாலான அஹிர்கள் அவர்கள் வசிக்கும் பகுதியில் வழங்கப்படும் பிற ஆரிய மொழிகளையே பேசுகின்றனர். குஜராத்தில் வாழும் அஹிர்கள் தங்கள் சொந்த பேச்சு வழக்கைத் தக்க வைத்துள்ளனர். இது அபிரா மொழியின் எச்சங்களாகக் கருதப் படுகின்றன.

மண உறவு

சத்தீஷ்கரில் ஊள்ள இராவாட்டுகளின் குலப்பெயர்கள் பெரும் பாலும் விலங்கின் பெயர்களைக் கொண்டுள்ளன. மாதங்கட்டா என்பது மகாகுல் அஹிர்களிடையே வழங்கப்படும் ஒரு பிரிவின் குறியீட்டுப் பெயராகும். இதன் பொருள் தாயின் முலைகளைக் கடித்தவன் என்பதாகும்.

அஹீர்களிடையே, ஒரே பிரிவைச் சேர்ந்தவர்கள், மாமன் - அத்தை மகன் / மகள் உறவுடையோர் ஆகியோரை மணக்கத் தடை விதிக்கப்பட்டுள்ளது. ஓர் ஆண், மனைவி உயிருடன் இருக்கும்போதே

மனைவியின் தங்கையை மணப்பது ஏற்றுக்கொள்ளப்பட்டுள்ளது. மகராஷ்டிர சந்தாபூர் மாவட்ட கோல்கர்கள் குழந்தைத் திருமணத்தை வலியுறுத்துபவர்களாக உள்ளனர். மாண்ட்லாவின் கவுன்ரா அஹிர், சத்தீஷ்கரின் ஜாரியா அஹிர், கொசரியா இராவத் அஹிர் ஆகியோர் களது திருமண விழாக்களில் திருமணத் தேதியை முடிவுசெய்வதற்கு மட்டும் பிராமணர்கள் அழைக்கப்படுகின்றனர். காவோலிஸ் அஹிர் களின் திருமணங்கள் ஜனவரி, அக்டோபர் மாதங்களில் மட்டுமே நடைபெறுகின்றன.

அஹிர் சமூகத்துக்குள் பாலியல் குற்றங்கள் மென்மையாகவே கையாளப்படுகின்றன. மத்திய பிரதேசத்தில் உள்ள மாண்ட்லாவில் மணமாகாத பெண் வேறொருவனால் கர்ப்பமானால் அவளது தந்தைக்குச் சிறுதொகையைத் தருவதோடு தண்டனை முடிகிறது. அஹிர்களிடையே கைம்பெண் மறுமணம் அனுமதிக்கப்படுகிறது. கணவனை இழந்த பெண், பெரும்பாலும் தன் இறந்துபோன கணவனின் தம்பியை மணக்கிறாள். திருமணமுறிவு தாராளமாக அனுமதிக்கப்படுகிறது. மத்திய பிரதேசத்தில் உள்ள ஹோஷங்கா பாத்தில் வாழும் அஹீர்கள், மணமுறிவுக்கு அடையாளமாகக் கணவன் மனைவி அணிந்திருக்கும் ஆடையின் சிறு துண்டினைக் கிழித்துக் கொடுக்கின்றனர்.

பிறப்பு

சதீஷ்கரின் இராவாட் அஹீர்களிடையே ஒரு குழந்தை பிறக்க விருக்கும்போது மருத்துவச்சி தனது கையை எண்ணெயில் நனைத்து சுவரில் அழுத்தி, பிறக்கப்போகும் குழந்தை ஆணா பெண்ணா என்று கூறுகின்றார். கருவுற்ற பெண் விரும்பும் உணவைச் சமைத்துத் தரும் நிகழ்வு சடங்காக நிகழ்த்தப்படுகிறது. இதற்கு சித்தேரி என்று பெயர். அடுத்தடுத்து பெண்ணோ ஆணோ நான்காவதாகப் பிறக்கும்போது அது துரதிர்ஷ்டமாகக் கருதப்படுகிறது. நான்காவதாகப் பிறந்த பெண் குழந்தை டித்ரி என்றும், ஆண் குழந்தை டித்ரா என்றும் அழைக்கப்படுகிறது. இப்படிப் பிறந்த குழந்தையின் துரதிர்ஷ்டத்தைப் போக்க, குழந்தையை ஒரு கூடையால் மூடி, அதைச் சுற்றிப் புல் பரப்பி அதைத் தீ மூட்டி அதனருகில் பித்தளைப் பானை ஒன்றை அடித்து நொருக்குகின்றனர். அப்போது ‘இந்தக் குழந்தை ஐந்தாவது குழந்தை; நான்காவது குழந்தையல்ல’ என்று கூறுகின்றனர்.

ஒரே நாளில் அஹிர் பெண், ஆண் குழந்தையையும் பெண் குழந்தையையும் பெற்றெடுத்தால், பெண் குழந்தையால் ஆண்

குழந்தைக்கு நோய் தொற்று ஏற்படுமென்று நம்புகின்றனர். இதனைப் போக்க, அடுத்த ஞாயிற்றுக்கிழமையன்று குழந்தையின் தாய்வழி மாமா காவடிபோன்ற கூடையைக் கொண்டுவந்து ஒரு கூடையில் குழந்தையையும், மறு கூடையில் அதன் எடைக்கு எடை மாட்டுச் சாணத்தையும் எடுத்துக்கொண்டு, சாணத்தை ஊருக்கு வெளியேயுள்ள சாலையில் வைக்கிறார். சாதி (Chathi) எனப்படும் ஆறாம் நாள், வீட்டு ஆண்கள் மொட்டையடித்தும், பெண்கள் புத்தாடை உடுத்தியும், வீட்டினை நீரால் கழுவியும் தீட்டுக் கழிக்கின்றனர். அதுவரை குழந்தையைத் தாயும் தந்தையும் காண முடியாது. தீட்டுக்கழிக்கும் அன்றே அக்குழந்தைக்குப் பெயரிடப்படுகிறது. பார்ஹி எனப்படும் 12ஆம் நாள்வரை குழந்தையின் தாய் வீட்டைவிட்டு வெளியேவர அனுமதியில்லை.

குழந்தைப் பிறக்கும்போது அதன் சாதகம் சரியில்லையெனில் குழந்தைப் பிறந்த ஐந்தாவது மாதத்தில் அக்குழந்தையின் காதுகள் துளையிடப்படுகின்றன.

இறப்புச் சடங்குகள்

அஹிர்களிடையே ஒருவர் இறக்க நேரிடும்போது அவர் எரிக்கவோ, புதைக்கவோ செய்யப்படுகிறார். அதற்கு முன்பு, இறந்தவரது வாயில் துளசி இலைகளும், வேகவைத்த அரிசியும், பாலும் வைக்கப்படுகின்றன. உடன் ஒரு துண்டு தங்கம் வைக்கப்பட்டு எடுக்கப்படுகிறது. இறந்தவர் அடக்கம் செய்யப்பட்ட பத்து நாட்களும் ஒரு தொன்னையில் சிறிது உணவும், விளக்கும் வீட்டு முற்றத்தில் ஒவ்வொரு நாள் மாலையிலும் வைக்கப்படும். காலையில் தண்ணீரும் பற்குச்சியும் வைக்கப்படும். பத்தாம்நாள் அவையனைத்தும் சேகரிக்கப்படடு ஆற்றில் விடப்படுகிறது.

சத்தீஷ்கரில் வாழும் அஹிர்களிடையே ஒருவர் இறந்த மூன்றாம் நாளில், பெண்கள் ஒரு சிவப்புப் பானையில் விளக்கு வைத்து அதனை இரவில் ஒரு தொட்டியிலோ ஓடையிலோ வைக்கின்றனர். நீரிலுள்ள மீன்கள் வெளிச்சத்தினால் கவரப்பெற்று அருகில் வரும் போது, காத்திருந்து ஒரு மீனைப்பிடித்து பானையில் இட்டு, நீர் நிரப்பி வீட்டுக்குக் கொண்டுவருகின்றனர். பானையை ஒரு சிறிய மாவுக்குவியலின்மேல் வைத்து அதனைச் சுற்றி பெரியவர்கள் அமர்ந்து கொள்கின்றனர். இறந்தவருடைய மகன் ஒரு கல்லைக் கொண்டுவந்து மஞ்சள் நீராட்டி, பானையில் உள்ள நீரால் கழுவுகின்றார். நீராட்டப் பட்ட கல்லைத் தரையில் வைத்து வழிபடுகிறார். இறந்தவர் ஆண்

என்றால் சேவலும், பெண் என்றால் கோழியும் பலியிடப்படுகிறது. பிறகு அந்தக் கல் குடும்பக் கடவுளாக வீட்டில் புதைக்கப்பட்டு வழிபடப்படுகிறது. இம்மரபு நடுக்கல் மரபோடு ஒத்துள்ளது. இறந்தவரது ஆன்மா மீன் மூலம் உயிருடன் கொண்டுவரப்பட்டு மீனிலிருந்து கல்லுக்கு மாறி வீட்டுக்கு மீண்டும் வருவதாகக் கூறப்படுகிறது.

வழிபாடு

ஆபிரர்கள் / அஹீர்களின் முழுமுதல் கடவுள் கிருஷ்ணனாவான். எனினும் ஆபிரர்களின் தொடக்கக் காலக் கல்வெட்டுகளில் உள்ள பெயர்கள் 'சிவா' கடவுளிடமிருந்து பெறப்பட்டவை என்று குறிப்பிடு கின்றன. இதன் மூலம் ஆபிரர்களில் ஒரு பிரிவினர் சிவனையும் வழிபட்டதை அறியலாம்.

கிருஷ்ணன், மகாதேவ் எனப்படும் சிவா ஆகிய கடவுளோடு பல்வேறு சிறு தெய்வங்களையும் அஹீர்கள் வணங்குகின்றனர்.

மத்தியபிரதேசத்திலுள்ள நெர்புதா பள்ளத்தாக்கில் உள்ள அஹீர் களிடையே உள்ள பிரபலமான தெய்வம் பிலாத் ஆகும். இவர் ஒரு அஹிர் அல்லது குவாலி (Gaoli) பெண்ணின் மகனாவார். தவமிருந்து பெறப்பட்ட பிலாத், சிறுவயதில் பிச்சைக்காரர் உருவத்தில் வந்த மகாதேவோவால் கடத்தப்பட்டு ஒரு சிறந்த தலைவனாக வளர்க்கப் பட்டு, பல வெற்றிகளை ஈட்டுபவராக உருவாக்கப்பட்டார். இவர் பல்வேறு அதிசயங்களைச் செய்தார். இவரை அஹிர்கள் கடவுளாக வழிபட்டுவருகின்றனர்.

மற்றொரு தெய்வம் சிங்காஜி ஆகும். இந்தூரில் குவாலி அஹீரைச் சேர்ந்தவர் சிங்காஜி. சந்நியாசி ஒருவரின் சீடரான சிங்காஜி, கோகு லாஷ்டமி வழிபாட்டுக்குத் தாமதமாக வந்ததால் அச்சந்நியாசி அவரை, 'உயிரோடு உள்ளவரை முகத்தில் விழிக்காதே' என்று கூறவே, இதனால் மனமுடைந்த சிங்காஜி, வீட்டுக்குச் சென்று ஜீவசமாதியானார். பின்னர் தன்னுடைய குருவால் உயிர்த்தெழுந்த சிங்காஜி, கால்நடை மேய்க்கும் தொழிலை வழக்கம்போலச் செய்து வந்தார். கூடவே பல்வேறு அதிசங்களையும் செய்துவந்தார். குவாலிகள் சிங்காஜியிடம் தங்கள் கால்நடைகளை நோயிலிருந்து பாதுகாக்க வேண்டுமென வேண்டிக்கொள்கின்றனர்.

மாண்ட்லா மற்றும் பிற மாவட்டங்களில் எருமை மேய்க்கும் எந்த ஒரு வயதான அஹீரும் இறந்தால் மக்கள் அவருக்கு ஊருக்குள்

இடம் ஒதுக்கி ஒரு தளத்தை உருவாக்கி வழிபடுகின்றனர். இத்தளத்துக்கு மகாஷி தியோ அல்லது எருமைக்கடவுள் என்று பெயர். கால்நடை மேய்க்கும் வயதான எவர் இறந்தாலும் அவர்களும் வழிபடப்படுகின்றனர். இவர்களுக்கு பால்கி தியோ அல்லது காளை கடவுள் என்று பெயர்.

அஹிர்களின் சிறப்பு தெய்வங்களில் காரக் தியோ (Kharak Deo) என்னும் தெய்வம் குறிப்பிடத்தக்கதாகும். இது கிர்கா எனப் படும் கால்நடை தொழுவத்தில் வணங்கப்படுகிறது. காரக் தியோ குதிரையில் தோன்றுவதாக நம்பப்படுகிறது. கால்நடைகள் நோய் வாய்ப்பட்டால், காரக் தியோவுக்கு மாவு, வெண்ணெய் ஆகிய வற்றைப் படைத்து வழிபடுகின்றனர். மாடர் தியோ (Matar Deo) என்னும் தெய்வம் காடுகளில் மேய்க்கப்படும் கால்நடைகளைக் காக்கும் தெய்வமாகும். தீபாவளிக்கு மூன்று நாட்கள் கழித்து இராவத் அஹீர் தலைவர்கள் இக்கடவுளுக்கு ஒன்று அல்லது அதற்கு மேற்பட்ட ஆடுகளைப் பலியிடுகின்றனர். கிடையில் பலியிடப்பட்ட ஆடுகளின் தலைகளைக் காற்றில் வீசி எறிகின்றனர்.

கிராமங்களில் உள்ள கால்நடை தொழுவங்களில் உறையும் தெய்வம் குராயா தியோ (Guraya Deo) என்னும் தெய்வமாகும். இதனை ஆண்டுக்கொருமுறை வணங்குகின்றனர். அஹிர்கள் ஹரி தாஸ் பாபா என்னும் துறவியை விருப்பத்தோடு வணங்குகின்றனர். ஹரிதாஸ் பாபா அஹிர் ஒருவரின் உடலிலிருந்து கூடுவிட்டு கூடுபாய்ந்து பெனாரஸுக்குச் சென்றிருந்தபோது, விவரம் அறியாத ஊர் மக்கள், உடலை எரித்துவிட்டனர். மீண்டு வந்த பாபா, உடல் எரிக்கப்பட்டதைக் கண்டு, வேறொருவர் உடலில் புகுந்து ஊராருக்குத் தெரிவித்ததை அடுத்து, அவ்வூர் மக்கள் பிரதிபலனாக அவரை வணங்குவதாக உறுதியளித்தனர்.

ஜஷ்பூரின் மகாகுல் அஹிர்கள் மகாதியோ அல்லது சிவா, சஹாதியோ, பஞ்சபாண்டவர், லட்சுமி ஆகிய தெய்வங்களை வணங்குகின்றனர். எருமையை மகாதேயோ என்றும் மாட்டை சஹாதேயோ என்றும் அரிசியை லட்சுமி என்றும் கூறுகின்றனர்.[10]

கதிகள் (Gaddi)

உத்திரபிரதேம், ராஜஸ்தான், டெல்லி, ஜார்க்கண்ட், பஞ்சாப் ஆகிய மாநிலங்களில் வாழும் கதி என்னும் ஆயர் இனத்தவர் வாழ்ந்துவருகின்றனர்.

இவர்கள் ஆரிய இனத்தைச் சேர்ந்தவர்கள். காடுகளிலும் சம்பா, காங்டா பிரதேசங்களின் இடையே உள்ள பனி மூடிய மலைப் பகுதிகளிலும் வாழ்கின்றனர். கால்நடைகளை மேய்ப்பதும் வேளாண்மை செய்வதும் இவர்களின் முதன்மைத் தொழில்களாகும். கால்நடைகளுக்குப் புல் தேடி ஆறு மாதத்துக்கொரு முறை இடம் விட்டு இடம் செல்கின்றனர். இடம்பெயர்கையில் அலுமினியப் பாத்திரங்கள், சப்பாத்தி சுடுவதற்கு ஒரு இரும்புத் தட்டு, புகை பிடிக்கும் ஹுக்கா, உணவு தானியங்கள் அடங்கிய ஒரு மூட்டை ஆகியவற்றைச் சுமந்துகொண்டு செல்வர். உடுத்திய ஆடையுடன் இடம்பெயரும் இவர்கள், ஒரு சிறிய தோல் பையில் புகையிலை யையும் புதிதாகப் பிறந்த ஆட்டுக் குட்டிகள் இரவுப்பொழுதுகளில் உறங்குவதற்கு ஒரு கம்பளத்தினையும் வைத்திருப்பர். பயணம் செய்யும்போது சோள மாவைப் பிசைந்து சப்பாத்தி சுட்டு, வெந்த பருப்புடன் உண்பர். கதிகள், திறந்தவெளியிலேயே உறங்குவதையும் தங்களுடைய மந்தைக்குத் துணையாக நாய்கள் வளர்ப்பதையும் காணமுடிகிறது. நாய்கள், கரடி அல்லது சிறுத்தையைக்கூட விரட்டி யடிக்கக் கூடிய திறனுடையவர்களாக உள்ளனர். கதிகள் புல்லாங் குழல்களை வைத்திருப்பதையும் அதனைக் கொண்டு பல்வேறு நாட்டுப்பாடல்களைப் பாடுவதையும் காணமுடிகிறது. சிதறியோடும் ஆடுகளை ஒன்றுசேர்க்க சீழ்க்கையொலியை எழுப்புகின்றனர். அவ்வொலி கேட்டு ஆடுகள் ஒன்றுகூடுகின்றன. இவர்கள் சிவனை முதன்மை தெய்வமாக வழிபடுகிறார்கள். எனினும் பல்வேறு ஊர்த் தெய்வங்களையும் வணங்குகின்றனர். அவற்றுக்கு ஆடுகளைப் பலியிட்டு வழிபடுகின்றனர். கதிகள் வாழும் பகுதிகள் சிவபூமி என்று அழைக்கப்படுகிறது.[11]

தங்கர்கள் (Dhangar)

'தங்கர் என்னும் சொல்லின் மூலம் Dhenu என்பதாகும். இது பசுவைக் குறிக்கும் சமற்கிருதச் சொல்லாகும்.'[12] இவர்கள் கோவா, பீகார், மத்திய பிரதேசம், கருநாடகம், குஜராத், சட்டீஷ்கர், ஜார்க்கண்ட், டையு டாமன், ஒடிசா ஆகிய மாநிலங்களில் வாழ்கிறார்கள். தங்காரி (*Dhangari*), தங்கி (Dange), தங்கோரி (Dongari) என்னும் பெயரில் மகாராஷ்டிரத்திலும் வாழ்கிறார்கள்.

'தங்கர்' சொல்லுக்குக் குன்று என்றும் பொருள் வழங்கப்படுகிறது. மலைப்பகுதிகளில் வாழ்வதால் இந்தச் சமூகத்தினருக்குத் தங்கர் என்ற பெயர் ஏற்பட்டிருக்கலாம். தங்கர்களிடையே வழங்கப்பட்டுவரும்

கதைவழக்குப்படி, எறும்பு மலை எனப்படும் ஆண்ட் மலையிலிருந்து முதன்முதலில் ஆடுகள் தோன்றின. அவை பலவாறு பல்கிப் பெருகி, மலையடிவாரங்களில் உள்ள வயல் பகுதிகளுக்குள் நுழைந்து கடும் சேதங்களை உண்டாக்கின. இதனால் மிகுந்த துன்பத்துக்குள்ளான மக்கள், அவர்களது தெய்வமான மகாதேவோவிடம் வேண்டினர். வயல்களில் கடும் சேதங்களை ஏற்படுத்தும் ஆடுகளைக் கட்டுப்படுத்த முதல் தங்களை உண்டாக்கினார். இதன் காரணமாகத் தங்கள் அந்த எறும்பு மலையை வணங்குகின்றனர். தீபாவளியன்று அரிசி, பூக்கள், ஆட்டின் காது ஆகியவற்றை அம்மலைக்குப் படையலிடுகின்றனர்.[13]

தங்கர்கள் சித்திய என்ற திராவிடப் பிரிவைச் சேர்ந்தவர்கள் என்றும் இவர்கள் ஆரியருக்கு முன்பே இந்நாட்டில் வாழ்ந்தவர்கள் என்றும் ஆரியத்துக்கு முந்தைய பண்பாட்டினை உருவாக்கியதில் இவர்களுக்கு முக்கிய பங்கு உண்டு என்றும் அறிஞர்கள் இயம்பு கின்றனர். மகாராஷ்டிரா முழுவதிலும் மத்தியபிரதேசத்திலும் தங்கர்கள் வாழ்ந்துவருகின்றனர். ஆடு, மாடுகளை வளர்த்தல், கம்பள நெசவு முதலிய தொழில்கள் தங்கர்களது முதன்மைத் தொழிலாகும். குஜராத்தி தங்கர்களின் ரபாரி இனக்காளைகள் மிகுந்த வலிமை வாய்ந்தவை. அதிகமாகப் பால்தரும் மாட்டினங்களை இவர்கள் வளர்த்து வருகின்றனர். மேய்ச்சல் வெளிகள் குறைந்துவிட்டதால் இவர்களில் பலர் கால்நடை வளர்ப்பை விடுத்து வேறு தொழில்களை மேற்கொண்டு வருகின்றனர்.[14] தங்கர்களுக்குள் அசல் தங்கர், ஹட்கர் (பர்கீர் தங்கர்) அல்லது பாலாயித், அஹீர், கிலாகாரி முதலிய நான்கு வகையான உட்பிரிவுகள் காணப்படுகின்றன. மேலும் அவர்களுக்குள் 35 கிளை ஜாதிகள் இருப்பதையும் காணமுடிகிறது.[15]

திருமணம்

தங்கர்களுக்குள் சொந்த இனக்குழுவுக்குள்ளும் தாயின் உறவினர் களுக்குள்ளும் மணப்பது தடைசெய்யப்பட்டுள்ளது. மனைவியின் தங்கையை மணந்துகொள்வது அனுமதிக்கப்படுகிறது. ஒரே குடும் பத்தின் பெண்ணையும் ஆணையும் மற்றொரு குடும்பத்து ஆணுக்கும் பெண்ணுக்கும் மணம் முடிப்பதை அண்டா சாண்டா அல்லது பரிமாற்றம் என்கின்றனர். தங்கர்களிடையே பலதார மணம் அனுமதிக்கப்படுகிறது. திருமணங்கள் பெரும்பாலும் செப்டம்பர் மாதத்தில் நடைபெறுகிறது. மணமகன், மணமகள் கழுத்தில் ஏழு இழைகளைக் கொண்ட மஞ்சள் நூலைக் கட்டுவது திருமணமானதைக் குறிக்கிறது. மறுநாள் காலையில் ஒரு கறுப்பு மணியினை மஞ்சள்

கயிற்றுக்கு மாற்றாக மணமானப் பெண் அணிகிறாள். திருமணம் ஒரு பிராமணர், மால்குசர் எனப்படும் கிராமத் தலைவரின் முன்னிலையில் நடைபெறுகிறது.

விவாகரத்து சாதி பஞ்சாயத்து முன்னிலையில் அனுமதிக்கப் படுகிறது. அதே வேளையில் கைம்பெண் மறுமணமும் ஏற்றுக் கொள்ளப்படுகிறது. ஆனால், முதல் கணவருக்குரிய இனக்குழுவி லிருந்து அடுத்த கணவனைத் தேர்ந்தெடுப்பது தடைசெய்யப் பட்டுள்ளது.

வாழ்வியல்

பிறந்த குழந்தைகளுக்குப் பொதுவாக 12ஆம் நாளில் பெயர் சூட்டுவிழா நடைபெறுகிறது. இந்தப் பெயர் அதிர்ஷ்டமின்மைக் காரணமாகத் திருமணத்தின்போது மாற்றப்படலாம்.

குற்றங்களுக்காக சாதியிலிருந்து நிரந்தரமாகவும் தற்காலிகமாகவும் வெளியேற்றப்படுவது தண்டனையாக உள்ளது. அல்லது காலணிகளை விற்பது, இறந்துபோன நாய், பூனை இவற்றின் உடலைத் தொடுவது, எருமை அல்லது மாட்டைக் கொல்வது போன்ற தண்டனைகள் பஞ்சாயத்தால் கொடுக்கப்படுகிறது. வீட்டில் பூனை இறந்தால் ஐந்து வாரங்களுக்கு வீட்டில் சமைப்பதில்லை.

செம்மறியாடுகளையும் பிற ஆடுகளையும் வளர்ப்பது தங்கர் களின் பாரம்பரியத் தொழிலாகும். ஆட்டுப்பாலும், ஆட்டின் முடியிலிருந்து பின்னப்படும் கம்பளியையும் விற்கின்றனர். மந்தை களைப் பாதுகாப்பதற்கு நாய்களை வளர்க்கின்றனர். மேய்ச்சலின் போது நாய்கள் ஆடுகளைத் தங்கர்களோடு இணைந்து வழிநடத்து கின்றன. அவற்றின் துணையோடு தங்கர்கள் முயல்களை வேட்டை யாடி உண்கின்றனர். கோழி, காட்டுப் பன்றிகளின் இறைச்சிகளைத் தங்கர்கள் உண்கின்றனர். இடுப்பில் ஓராடையும் போர்வையுமே பெரும்பாலான தங்கர்களது பொதுவான ஆடை. தோற்றத்தில் வலுவானவர்களாவும், நிறத்தில் இருண்டவர்களாகவும் இருப்பர்.

வழிபாடு

மகாதேவோ தங்கர்களின் சிறப்புத் தெய்வமாகும். தீபாவளியன்று ஆடுகளை அலங்கரித்து, கொம்புகளுக்கு வண்ணம் பூசி, அவற்றின் கால்களில் விழுந்து வணங்குகின்றனர். பஹ்ராம் எனும் தெய்வம் வர்தா தங்கர்களின் முதன்மையான தெய்வமாகும். இத்தெய்வம் அவர்களது ஆட்டு மந்தைகளைப் பாதுகாப்பதாகக் கருதுகின்றனர்.

தங்கர்களின் வீடுகளில் குல்தேவி, கண்டோபா ஆகிய தெய்வங்களை வணங்குகின்றனர். குல்தேவி எனும் தெய்வம் பெரிய குடும்பங்களில் வீட்டின் மூத்த சகோதரரின் வீட்டில் மட்டுமே வணங்கப்படுகிறாள். திருமண நாட்களில் வழிபடப்படும் குல்தேவிக்கு, ஆடு பலியிடப் பட்டு, அதன் தலை குல்தேவியின் பாதங்களில் காணிக்கையாக்கப் படுகிறது. உடல் பகுதிகள் அக்குடும்பத்தைச் சார்ந்தவர்களால் மட்டுமே நுகரப்படுகிறது.

கண்டோபா என்னும் தெய்வம் தங்கர்களின் முதன்மைத் தெய்வ மாகும். இத்தெய்வத்தைச் சூரியனுடைய அவதாரமாகக் கருதி, ஞாயிற்றுக்கிழமைகளில் வணங்குகின்றனர். வித்தோபா எனும் தெய்வம் புதன்கிழமைகளிலும், பாலாஜியை வெள்ளிக்கிழமை களிலும் வணங்குகின்றனர். மேலும், விட்டல், மகாதேவ், பைரோபா, மாருதி, சனி, சட்பாயி, ஜோக்காயி முதலிய பல்வேறு தெய்வங் களையும் தங்கர்கள் வணங்குகின்றனர்.'[16]

கதரியா (Gadaria)

இவ்வினத்தவர்கள் சண்டிகர், மத்திய பிரதேசம், உத்திரபிரதேசம், குஜராத், மகராஷ்டிரா, இராஜஸ்தான், டெல்லி, சட்டீஷ்கர், ஹரியானா, ஹிமாச்சல பிரதேசம், ஜார்க்கண்ட், உத்ரகாண்ட் ஆகிய மாநிலங்களில் பரவாலாக வாழ்கின்றனர். 'காதரி என்னும் சொல்லுக்கு ஆடு என்பது பொருள். ஹிந்திச் சொல்லான இது, உத்ரகாண்ட் பகுதியில் பேசப்படும் பூண்டேலி (Bundeli) மொழியிலிருந்து பெறப்பட்டதாகும். பெரும்பாலும் சக்தி வழிபாட்டைக் கடைபிடிக்கும் இவர்கள், கிராம தேவதைகளையும் வணங்குகிறார்கள். இவர்கள் சந்திரகுப்தரின் வம்சா வளியினர் என்று சொல்லிக்கொள்கின்றனர். கதரியாக்களில் எண்பத்து நான்கு உட்பிரிவுகள் காணப்படுகின்றன. பால் (Pal), பௌல் (Paul), பகேல் (Bhagel), பகேலா (Bhagela), ஹாட்கேர் (Hatker), ஹாட்கார் (Hotkar), ஜியரி (Giari), ருடேலா (Rutela), சிந்தி (Sindhe), சிந்தியா (Sindhiya), கரிப்பா (Karippa) போன்ற பிரிவுகள் அவற்றுள் சில.'[17]

'பிராகிருத மொழியிலிருந்து பெறப்பட்ட கதர் என்ற சொல்லுக்கு ஆடு என்பது பொருளாகும். யா என்பது ஆடுகளை மேய்ப்போரைக் குறிக்கிறது. உத்திரபிரதேசத்தில் வாழும் கதரியாக்கள், பால் அல்லது பகேல் என்ற பெயரால் வழங்கப்படுகின்றனர். பலர் தங்கள் பெயர்களுடன் 'பால், ராஜ்பால், பாலி அல்லது பாகெல்' என்ற அடைமொழிகளைச் சேர்த்துக்கொள்வதைக் காணமுடிகிறது. பால் என்பதற்கு ஆடுகள், ஆடுகளை மேய்ப்போர் என்றும் பகேல்

என்பதற்குச் சிங்கம் என்றும் பொருள். தாங்கள் சிங்கம் போன்ற பலம் வாய்ந்தவர்கள் என்றும் க்ஷத்திரிய, மராட்டிய, ராஜபுத்திர அல்லது டாக்கூர் ஜாதியைச் சேர்ந்தவர்கள் என்றும் இவர்கள் கூறிக்கொள்கின்றனர். பகேல் என்பது சோலங்கி அரச வம்சத்தின் ஒரு கிளையாகும். புந்தேல்கண்ட் பகுதியில் இவர்கள் அதிகளவில் காணப்படுகின்றனர். மேஷ்பால் சமூகத்திலும் இச்சொல் பயன் படுத்தப்படுகிறது. பால் என்ற சொல், மேஷ்பால் என்ற சொல்லி லிருந்து பெறப்பட்டதாகும். ஆடு, மாடுகளை வளர்ப்பதுடன் மக்களைக் காப்பதையும் அச்சொல் குறிக்கிறது. நேப்பாளி, சிக்கிம் மொழி களில் பால் என்பது கம்பள ரோமங்களைத் தரும் நல்ல ஜாதி ஆட்டினைக் குறிக்கிறது. வங்காளத்தில் கதேரி, போப்பாலின் கோசி, பீஹாரின் கங்காஜலி, ராஜஸ்தான் மற்றும் குஜராத்தின் பர்வாத், ரபாரி என்ற பெயர்கள் மாடுமேய்ப்பவர்களைக் குறிக்கின்றன.'[18]

அடிக்குறிப்புகள்

1. எஸ்.எஸ்.சஷி, இந்தியாவின் ஆயர் சமுதாயம், 1990, பக்.52-54

2. குரபர்களின் கோத்திரப் பெயர்கள்: பில்வா, அஸ்லூ, அஸ்லீ, அந்தரா, அன்னே, அரிசியா, அரசு, அத்தீ, ஆதினா, ஆசலூ, அரேயீ, ஆன்னே, இர்லூ, உப்பினா, உன்னே, எம்மே, எத்வர்ஹதாசாலே, ஓத்தீ, ஹோத்தனா, கம்ப்பலா, கச்சனா, கத்தேதா, கன்கைய்யனா, ககலா, காவடீ, கம்பலீ, கும்பலா, குந்தன், குனீவா, கேச்சலூ, குப்பியா, கோல்லே, கோட்டே, காலி, கோங்கடீ, கோண்டா, சந்தனா, சித்தலூ, ஜன்னீ, ஜான்டே, ஜாடீ, தக்ரூ, தம்பே, துருகாரா, டன்டே, தானீ, தாஸ்ரே, துதிதனா, தேவதாரூ, நாகரே, நாலிகே, நாலீ, நாயீ, நாகரா, நில்லீ, நோனாபா, பண்டி, பன்னீ, பாசரீ, பானதா, ஹரிவானா, பான்கரே, பல்லாரீ, பாசலூ, பிஜ்ஜலா, புஜ்ஜேனிகே, பேவினா, பேல்தா, போஸா, போஜாலா, போஜா, பீரா, மல்லே, மல்லிகே, மஜ்ஜனா, மாசலூ, மன்னே மானே / மௌத்தே, மிச்சினா, மேசலூ, மீசூ, முத்தினா, மூருரிந்தனா, மன்சினா, ராஜ்குலா, சேவிகே, சங்கம், சன்னகம்பளி, சம்பிகே, சங்காரா, சஸலூ, சாமன்தா, சகலா, சால்வா, சாதா, சாமந்தா, சேமன்த், சேனா, ஹருஷா, ஹண்டே, ஹத்தே, ஹத்திக்காரா, கந்தரா, ஹாலூ, ஹோட்டி, சாத்தா.

3. எட்கர் தட்சன், தென்னிந்திய குலங்களும் குடிகளும், பக்.192-208

4. மேலது, பக்.366-383

5. கோல்லர்களின் கோத்திரப் பெயர்கள்: அக்னி, அசதி, பண்டாரம், போடி, சின்த்தல, எல்லாகலா, கண்ட்ட, கொர்ரெல, குர்ரம், காரெ, கோகல, குருமில்ல, மஜ்ஜிக, மண்டல, மாரல, மோதக, முனக, நக்கல, பாலு, போத்தலு, புரிகி, ராகி, சத்தலு, செட்டி, சுரபொன்ன, தும்மி, வங்காயல, அலசந்துல, ஆவுல, பண்டி, புமகனா, தேவதாரி, கண்ட, கோரன்ட்ல், குபா, இஜ்ஜா, கட்டாரி, கொம்மாலு, மத்சல, மல்லெல, மங்க, மட்டி ஆவுல, முச்சர, நாகல, பலாதி, பசுபு, புலி, புசாங்கல, ராமொல்லு, சாசுவெ, சேவாக்சல, தோரலு, உலவலு, ஆனெ, பாலெ, பிடுகல்லு, செல்ணவல, தியாவலு, கன்னேரல, கொரிமில்ல, குன, ஜாம்பு, காவடி, கொர்ல, மத்தி, மாலுபாவுல, மாபிதி, மேகல, முகி, நக்கிலு, பல்லெ, பாவலு, புலிகோருலு, ராலி, சத்திக்கூடு, சம்பிகே, சிம்ஹ, தூபர, உல்லிபாயல.

6. எஸ்.எஸ்.சஷி, இந்தியாவின் ஆயர் சமுதாயம், 1990, பக்.44-50

7. மேலது, ப.58

8. பன்வாலியா, கட்டோடியா, பஹாமா, பிர்ட் வா, ரராலியா, ரபாத், ரோஸ்வாலியா, இல்பீரியா, ஷோவலியா, சிசோவியா, பிசான், சில்கி, சபக்வால், சுனாரியா, சன்வாலியா, சிசோடியா, கோயா, காந்த்லா, லஹோட்டியா, லோச்சாஸ், மாத் ராமா, மொஹகான், மாதாஹியா, மணிவாலா, நுனியல், நியானி, சோரியா, பிச்சினி, தரம், தேவா, தாகர், தர்தார்த்தா, தலிவால், தில்சார், தமிவால், துமர்வால், தஹத்லா.

உத்திரபிரதேசத்திலுள்ள அஹிர்களின் கோத்திரங்கள்: ரோவாட் சுனயா, கைஷ் (கேத்ரியா), சிகர்வா, துக்ரிலா, சிகர்வா, மால்ஹி, பிந்த், சவுரா, சுங்கையா, புரோதா, மஜ்வார், ருகினியா, லாண்டி, ஸின்வார், சைமரிஹுலா, நாரா (நெஹ்ரா) போக்தா பகத், பார் (பார்கியா), காங்கோ, ஹர்கியா, பைஸ் (பெஸ்வர்), ரேசர், மஸ்ரோஹோ, புரா, கங்கோரியா, குஸ்மரியா, கதியா, முண்டா, ஆத்ரி, புத், தாக், பர்வாஸ், பியாடி, யது, புவார், யாதவ், கிருஷ்ணா, சத்ஜித், யர், ஹஹே, அவர்.

9. Abhīra., Bhagat., Dudh-Gowāri, Gahra, Gangābasia, Gaolān, Gaoli, Gauli, Goāl or Gowāla, Guāla , Golkar, Gondi, Gopāl, Gowālvansi, Gurbhelia, Gwālbansi, Gokulbansi, Goālbansi, Hāns, Hānsi, Hānsa, Hansele, Harial, Hāthia, Hasli, Jādubansi, Yādubansi, Kāla, Kanalsia, Kaonra or Kora, Karāit, Kāshi, Katāre, Kaushik, Kesaria, Khadia, Korai, Kudaiya, Kush Ranjan, Kushbansi, Lohāria, Magadha, Magar, Magra, Mahākul, Māhto, Māhton, Mongre, Mongri, Mongrekair, Nāndvansi, Nāta, Pachbhaiya, Pardhān, Parewa, Parsoli, Pharsi, Phuljharia, Sendur, Sonwāni, Yādubansi, Yādu-Bhatti. (R.V. Russell, The Tribes and Castes of the Central Provinces of India,Vol II, 2007) The Tribes and Castes of the Central Provinces of India, Vol I, p.18-37

10. R.V. Russell, The Tribes and Castes of the Central Provinces of India, Vol I, p.18-37

11. எஸ்.எஸ்.சஷி, இந்தியாவின் ஆயர் சமுதாயம், 1990, ப.61,62,63.

12. ஜோஸ்வா புரஜக்ட்..காம்

13. R.V. Russell, The Tribes and Castes of the Central Provinces of India,Vol I, p.480

14. டி.டி.கோசாம்பி, பண்டைய இந்தியா, 2006, பக்.75-76

15. தங்கர்களின் கிளைக் குழுக்களின் பெயர்கள்: 1.அஹீர், 2. அசல், 3.வஹுஜி, 4. பர்கே பந்த் அல்லது மேட்காரி 5.டாங்கே அல்லது டங்கே. 6. கட்கே, 7. கவலி, 8.கோத்துண்யா, 9.ஹட்கர் அல்லது ஜெண்டேவாலே, 10.ஹோல்கர், 11.கங்கர், 12.கெல்லாரி அல்லது தில்லாரி, 13. கில்காரி, 14. குடேக்கர் அல்லது குட்டே, 15. குகடேகர், 16.லாட், 17.மேண்டே, 18.மஹஸ்கே அல்லது மஹஸ்கர், 19.ஸங்கர் அல்லது ஸனகர், 20. ஷேகர், 21.ஷிக் கோத்யா, 22.உடேகன் 23. குச்சே, 24.திரமுளே, 25.வாராடி அல்லது பாராடே, 26. கனோரே அல்லது காண்டே, 27. ஜாடே, 28.லாண்ட்ஸே, 29.காட்ரா, 30. தெலங்கே, 31.மராட்டா, 32.மாஹுராயி, 33.பார்கே 34.லங்கோட்டே, 35. வைதா தங்கர். – (சங்கர் பாபுராவ் லாண்டே, மகராஷ்டிரம், 1990)

16. எஸ்.எஸ்.சஷி, இந்தியாவின் ஆயர் சமுதாயம், 1990, ப.29,30,31

17. https://en.wikipedia.org/wiki/Gaderia/01-07-2015

18. எஸ்.எஸ்.சஷி, இந்தியாவின் ஆயர் சமுதாயம், 1990, ப.5-9

துணைநூற்பட்டியல்

அண்ணாமலை, சு.ப., (உ.ஆ), 2003, கலித்தொகை, கோவிலூர் மடம், கோவிலூர்.

அநந்தபத்மநாபன் வெ.ச., 1963, மக்கள் பரப்பியல், தமிழ் வெளியீட்டுக் கழகம், சென்னை.

அரங்கசாமி மொ.அ., 1960, சங்க கால சிறப்புப் பெயர்கள், பாரி நிலையம், சென்னை.

அருணாசலம் மு., 1949, முக்கூடற்பள்ளு, தமிழ் நூலகம், சென்னை.

அறவாணன் க.ப., 1987, தமிழர் மேல் நிகழ்ந்த பண்பாட்டுப் படையெடுப்புகள், ஐந்திணைப் பதிப்பகம், சென்னை.

ஆறுமுகம் நா., 1989, முல்லை வாழ்க்கை, கன்னி பதிப்பகம், சென்னை.

இரத்தினசாமி எம்., 1960, ஆசிய வரலாறு, ஔவை நூலகம், சென்னை.

இரஷீப்ரூக் வில்லியம்ஸ், 1941, இந்தியா, ஆக்ஸ்போர்டு வெளியீடு.

இராகவையங்கார் மு., 1964, ஆராய்ச்சித் தொகுதி, பாரி நிலையம், சென்னை,

இராசசேகர தங்கமணி, ம., 1978, பாண்டியர் வரலாறு, தமிழ்நாட்டுப் பாடநூல் நிறுவனம், தமிழ்நாடு அரசு.

இராசமாணிக்கனார் மா., 1959, தமிழக வரலாறு, பாரி நிலையம், சென்னை.

இராசாராம், துரை., (உ.ஆ.), 2009, சீவக சிந்தாமணி, முல்லை நிலையம், சென்னை.

இராஜேந்திரன் பி.எல்., 1992, தென்னிந்திய வரலாறு, விசாலாட்சி பதிப்பகம், சென்னை.

இராஜ்கௌதமன், 2009, ஆகோள் பூசலும் பெருங்கற்கால நாகரிகமும், தமிழினி வெளியீடு, சென்னை.

இளங்குமரன், இரா., (உ.ஆ.) 2003, புறநானூறு, கோவிலூர் மடம், கோவிலூர்.

கந்தசாமி ந., 1967 செங்கோட்டுப் பள்ளு, மல்ல சமுத்திரம், சேலம்.

கந்தையா பிள்ளை ந.சி., 1934, தமிழகம், ஒற்றுமை ஆபீஸ், சென்னை

கருப்பையா சு., 1998, செவ்வை சூடுவார் பாகவதம், சாருமதி பதிப்பகம், சென்னை.

கனகசபை வி., 1962, 1800 ஆண்டுகளுக்கு முற்பட்டத் தமிழகம், சைவ சித்தாந்த நூற்பதிப்புக் கழகம், திருநெல்வேலி.

கிருஷ்ணசாமி அ.கி., 1977, தென்னிந்திய வரலாறு கி.பி.900-1565 வரை, தமிழ்நாட்டு பாடநூல் நிறுவனம், சென்னை.

குமாரசுவாமி வ., 1996, கதிரைமலைப் பள்ளு, யாழ்பாணம், ஈழம்.

குருநாதன் இராம., 1998, குறிஞ்சி வளம், வெற்றி மங்கை பதிப்பகம், சென்னை.

கோசாம்பி டி.டி., 2006, பண்டைய இந்தியா, நியூ செஞ்சுரி புக் ஹவுஸ், சென்னை.

கோவிந்தசாமி மு., 1976, தமிழக வரலாறு, பாரி நிலையம், சென்னை.

கோவிந்தன் கா., 1957, முல்லைக் கொடி, சேகர் பதிப்பு, சென்னை.

கோவிந்தன் கா., 1991, தமிழர் தோற்றமும் பரவலும், சைவ சித்தாந்த நூற்பதிப்புக் கழகம், திருநெல்வேலி.

கோவிந்தன் கா., 1992, ஆரியருக்கு முற்பட்ட தமிழ்ப்பண்பாடு, சைவ சித்தாந்த நூற்பதிப்புக் கழகம், திருநெல்வேலி.

கௌமாரீஸ்வரி, எஸ்., (தொ.ஆ.), 2009, பதினெண் கீழ்க்கணக்கு நூல்கள் மூலமும் உரையும், சாரதா பதிப்பகம், சென்னை.

சங்கரன் எஸ்., 1985, மனித குல வரலாறு, பூங்கொடி பதிப்பகம், சென்னை.

சசிவல்லி வி., 1998, முல்லை, உலகத் தமிழராய்ச்சி நிறுவனம், சென்னை,

சண்முகம்பிள்ளை மு., சங்கத் தமிழரின் வழிபாடும் சடங்கும், உலகத் தமிழாராய்ச்சி நிறுவனம், சென்னை, 2003

சதாசிவ பண்டாரத்தார் தி.வை., 1974, பிற்காலச் சோழர் வரலாறு, அண்ணாமலைப் பல்கலைக்கழக வெளியீடு, சிதம்பரம்.

சர்மா ஆர்.எஸ்., 2010, பழங்கால இந்தியாவில் அரசியல் கொள்கைகள், நிலையங்கள் சில தோற்றங்கள், நியூ செஞ்சுரிபுக் ஹவுஸ், சென்னை.

சஷி எஸ்.என்., 1990, இந்தியாவின் ஆயர் சமுதாயம், நியூ செஞ்சுரி புக் ஹவுஸ், சென்னை

சாரங்கபாணி, இரா., (உ.ஆ.), 2003, பரிபாடல், கோவிலூர் மடம், கோவிலூர்.

சிங்காரவடிவேலன், அர., (உ.ஆ.), 2003, ஐங்குறுநூறு, கோவிலூர் மடம், கோவிலூர்.

சிவதம்பி கார்த்திகேசு, பண்டைய தமிழ்ச் சமூகம் வரலாற்றுப் புரிதலை நோக்கி, நியூ செஞ்சுரி புக் ஹவுஸ், சென்னை,

சிறீனிவாச ஐயங்கார் பி.டி., 1989, தமிழர் வரலாறு I&II, சைவ சித்தாந்த நூற்பதிப்புக் கழகம், திருநெல்வேலி.

சிற்றம்பலம் சி.க., 1999, பண்டைய தமிழகம், குமரன் புத்தக நிலையம், கொழும்பு.

சுப்பிரமணியம், ச.வே., (உ.ஆ.) 2003, பத்துப்பாட்டு, கோவிலூர் மடம், கோவிலூர்.

செல்வராசு, 2004, முல்லை நிலமும் எல்லைப் போரும், எழில் வெளியீடு, சென்னை.

டாங்கே எஸ்.ஏ., 2011, பண்டைக்கால இந்தியா, நியூ செஞ்சுரி புக் ஹவுஸ், சென்னை.

தமிழண்ணல் (உ.ஆ.), 2002, குறுந்தொகை, கோவிலூர் மடம், கோவிலூர்.

தமிழ்நாட்டு பாடநூல், 1975, தமிழ்நாட்டு வரலாறு: தொல்பழங்காலம், தமிழ்நாடு பாடநூல் கழகம், தமிழ்நாடு அரசு.

தர்ட்சன், எட்கர்., 1986, தென்னிந்திய குலங்களும் குடிகளும், தமிழ்ப் பல்கலைக்கழகம், தஞ்சாவூர்.

துரைசாமிப் பிள்ளை, ஔவை சு., 2008, ஐங்குறுநூறு, நற்றிணை, பதிற்றுப்பத்து, புறநானூறு, - செவ்விலக்கியக் கருவூலம், தமிழ் மண் அறக்கட்டளை, சென்னை.

தேவநேய பாவாணர், 1966, பண்டைத் தமிழர் நாகரிகமும் பண் பாடும், சைவ சித்தாந்த நூற்பதிப்புக் கழகம், திருநெல்வேலி.

தேவநேய பாவாணர், 2000, பழந்தமிழராட்சி, தமிழ்மண் பதிப்பகம், சென்னை.

நாட்டுகோட்டை நகரத்தார், 1938, கண்ணுடையம்மன் பள்ளு.

நீலகண்ட சாஸ்திரி க.அ., 1965, தமிழ்ப்பண்பாடும் வரலாறும், வாசகர் வட்டம்.

நீலகண்ட சாஸ்திரி கே.ஏ., 1979, தென்னிந்திய வரலாறு, தமிழ் நாட்டுப் பாடநூல், சென்னை.

நெஸ்தூர்ஹ் மி., 1974, மனித இனங்கள், முன்னேற்றம், மாஸ்கோ.

பக்தவச்சலபாரதி (ப.ஆ.), 2003, தமிழகத்தில் நாடோடிகள், வல்லினம் வெளியீடு, புதுவை.

பக்தவச்சலபாரதி, 2005, மானிடவியல் கோட்பாடுகள், வல்லினம் வெளியீடு, புதுவை.

பரமசிவானந்தம் அ.மு., 1958, தமிழக வரலாறு, தமிழ்க்கலை பதிப்பகம், சென்னை.

பரிமணம், அ.மா., (உ.ஆ.), 2003, பதிற்றுப்பத்து, கோவிலூர் மடம், கோவிலூர்.

பாலசுப்பிரமணியன் கு.மா., 1987, பண்டைத் தமிழ் சமுதாய வளர்ச்சி : ஒரு மார்க்சிய பார்வை, தமிழ் புத்தகாலயம், சென்னை.

பூங்குன்றன் ஆர், 2001, தொல்குடி – வேளிர் – அரசியல், புதுமலர் பதிப்பகம், கோவை.

பூமிநாகநாதன் த., 2000, எட்டையபுரப்பள்ளு, உலகத் தமிழராய்ச்சி நிறுவனம், சென்னை, 2000

மகாதேவன், கதிர்., (உ.ஆ.), 2003, நற்றிணை, கோவிலூர் மடம், கோவிலூர்.

மரிய ஜாண் காலிங்கராயர், 1942, செண்பகராமன் பள்ளு.

மாணிக்கவாசகன், ஞா., (உ.ஆ.), 2010, சிலப்பதிகாரம், உமா பதிப்பகம், சென்னை.

மாதையன் பெ., 2010, சங்க இலக்கியத்தில் வேளாண் சமுதாயம், நியூ சென்சுரி புக் ஹவுஸ், சென்னை.

மாதையன் பெ., 2012. சங்க கால இனக்குழு சமுதாயமும் அரசு உருவாக்கமும், பாவை பப்ளிகேஷன், சென்னை.

மீனவன், முருகசாமி, தெ., (உ.ஆ.), 2004, அகநானூறு, கோவிலூர் மடம், கோவிலூர்.

முத்துகண்ணப்பர் தி., 2004, சங்க இலக்கியத்தில் நெய்தல் நிலம், அதிபத்தர் பதிப்பகம், சென்னை,

முத்துசாமி அ., 1990, சங்க இலக்கியத்தில் ஆயர், இராணிபதிப்பகம், சென்னை.

ரொமிலா தாப்பர், 2016, முற்கால இந்தியா, நியூ சென்சுரி புக் ஹவுஸ், சென்னை.

லோகநாதன் சி.பி., 2001, வரலாற்றில் யாதவர்கள், பாண்டியன் பைந்தமிழ்ப் பதிப்பகம், சென்னை.

வித்தியானந்தன் சு., 2014, தமிழர் சால்பு, குமரன் புத்தக நிலையம், கொழும்பு.

ஜகதீச ஐயங்கார் பி.வி., 2009, புராதன இந்தியா என்னும் பழைய 56 தேசங்கள், சந்தியா பதிப்பகம், சென்னை.

ஜெகத்ரட்சகன், எஸ்., (உ.ஆ.), 2009, நாலாயிர திவ்யப் பிரபந்தம், ஆழ்வார்கள் ஆய்வு மையம், சென்னை.

ஜெயராமன் ஆர்., மனிதன், சமூகம், வரலாறு, பாரதி புத்தகாலயம், சென்னை, 2011

ஜெயராமன் ந., முல்லைப் பாடல்கள், மதுரை பப்ளிகேன், மதுரை.

Kautalya's Arthasastra – A Tamil Translation with Notes - 1, 1955, Annamalai University.

Mehta J.L., 2013, History of Ancient India (From the Earliest Times to 1206 AD), Lotus Press Publication, New Delhi.

Ray N.R., 1988, Sources of the History of India – V, Institute of History Studies, Calcutta.

Russell R.V., The Tribes and Castes of the Central Provinces of India, Vol I, New Delhi.

Settu Pillai and Four authors, 1959, Dravidia Comparative Vocabulary – I.

Sudhakar Chattopadhyaya, 1970, Evolution of Hindu Dects, Munshiram Manoharlal, New Delhi.

William Crooke, 2005, A Concise Encyclopaedia of North Indian, Manohar, Delhi.

பின்னிணைப்பு

கால்நடை வளர்ப்புக்குக் கௌடில்யர் வகுத்த விதிமுறைகள் (2:28:50):

1. ஆனினத் தலைவர் கூலிபெறுதல், இறைக்குக் கொள்ளுதல், சிதைவுக்கு விடுதல், பகுதிக்கு விடுதல், நிரையளவுக் குறித்தல், இழப்புக் கேடு, பால் நெய்யால் உண்டாகும் பயன் என்னும் இவற்றை அறிதல் வேண்டும்.

2. பசுக்காவலர், எருமைக்காவலர், கறவைக்காவலர், கடைவோர், வேடர் எனும் இவர்கள் பொன்னைக் கூலியாகப் பெற்று நூறு நூறு ஆன்களைக் காக்கக் கடவர்

3. பால், நெய்களைக் கூலியாகப் பெறின் கன்றுகளைக் கொன்று விடுவர். இது கூலிபெறுதல் எனப்படும்.

4. கிழப்பசு, கறவைப்பசு, சூற்பசு, கிடேரி பால்மறந்த கன்று இவற்றை ஒத்த அளவினவாக நூறுசேர்த்து ஒருவன் காத்தல் வேண்டும். எட்டு வராகம் (84 உழக்கு) நெற்வாற்பணம் இலச்சிணையிடப்பட்ட தோல் இவற்றை ஆண்டு இறையாகக் கொடுத்தல் வேண்டும். இது இறைக்குக் கொள்ளுதல் எனப்படும்.

5. பிணியுடையன, உறுபறை, பிறரால் கறக்கப்பட்டதான ன வலிந்து கறக்கப்படுவன, கன்றிழப்பன இவற்றை ஒத்த அளவினவாக நூறு சேர்த்துக் காப்பாற்றுகிறவர்கள் அவ்வினத்துக்குரிய ஓரளவு பொருள் கொடுத்தல் வேண்டும். இது சிதைவுக்கு விடுதல் எனப்படும்.

6. பகை, காடு இவற்றுக்கு அஞ்சி சேர்ப்பிக்கப்பட்ட ஆன்களைக் காத்தல், முறைக்குப் பத்தில் ஒரு கூறு கொடுத்தல் வேண்டும். இது பகுதிக்கு விடுதல் எனப்படும்.

7. பாலுண்கன்று, பால்மறந்த கன்று, பயிற்றதக்கன, சுமப்பன, பொலிவன, முதிர்ந்தன என்பன காளைகளாம். நுகம், சுமை, சகடம் இவற்றைச் சுமப்பன, பொலிவன இறைச்சிக்குரியன, முதுகினாலும், எருதினாலும் சுமப்பன என்னும் இவை எருமைக் கடாக்களாம். பாலுண்கன்று, பால்மறந்த கன்று, கிடேரி,

கூல்கொண்டன, கறப்பன, முதிர்ந்தன, மலடு என்னும் இவை ஆன்களும் எருமைகளுமாம். இவற்றின் ஆண் பெண் கன்றுகள் ஒரு திங்கள் இரண்டு திங்கள் அகவையுள்ளன நாகிளங்கன்று எனப்படும்.

8. ஒரு திங்கள் இரண்டு திங்கள் நிரம்பப் பெற்றவைகளுக்குக் குறியிடுதல் வேண்டும். ஒரு திங்கள் இரண்டு திங்களாகத் தங்கிய வற்றுக்கும் குறியிடுதல் வேண்டும். குறி, அடையாளம், நிறம், கொம்பு இவற்றின் இலக்கணங்களையும் நாகிளங்கன்றுகளையும் கணக்கு ஏட்டில் வரைந்துகோடல் வேண்டும். இது நிரையளவு குறித்தல் எனப்படும்.

9. கள்ளர்கோட்பட்டது, அயல்நிரைபுக்கது, காணாதொழிந்தது என்னும் இவை இழப்பு எனப்படும்.

10. சேறு, சமனில் நிலம், பிணி, மூப்பு, நீர், உணவு இவற்றாலும், மரம், மலைச்சாரல், கட்டை, கல் இவற்றாலும், தெய்வம், கொடிய உயிர், பாம்பு, முதலை, காட்டுத்தீ இவற்றாலும் இறத்தல் கேடு எனப்படும். சோர்வினால் இறந்தவற்றிற்கு ஈடு செய்தல் வேண்டும்.

11. இவ்வாறு உருப்படிகளின் அளவைக் கணக்கிட்டுக் கொள்ள வேண்டும்.

12. தானே கொன்றவன், கொல்வித்தவன், கவர்ந்தவன், கவர் வித்தவன் ஆகிய இவர்கள் (ஆயர்) கொலைக்குரியவராவர்.

13. பிறருடைய ஆன்களை அரசிலச்சினையால் உருவ மாறுபாடு செய்பவன், பூர்வ சாகச தண்டம் இறுத்தல் வேண்டும்.

14. கள்வரால் கவரப்பட்ட தன்னாட்டு மக்களுடைய ஆன்களை மீட்டுக்கொணர்ந்து கொடுத்து ஆனொன்றிற்கு ஒரு பண விழுக் காடு வாங்குதல் வேண்டும். பிறநாட்டு ஆன்களை விடுவிப்பின் பாதி வாங்குதல் வேண்டும்.

15. கன்று, முதிர்ந்து பிணியுடையது என்னும் இவற்றை ஆயர்கள் ஓம்புதல் வேண்டும்.

16. வேடர்காளலும், நாய் உடையவர்களாலும், கள்வர் அச்சம், கொடிய உயிர் அச்சம், பகைவர் அச்சம் போக்கப்பட்டதும் பருவங்களுக்கேற்ப பிரிக்கப்பட்டதும் ஆகியவற்றைக் காட்டில் மேய்த்தல் வேண்டும்.

17. பாம்புகளையும், கொடிய விலங்கு முதலியவற்றையும் அச்சுறுத்தும்பொருட்டும் ஆனினத் தொடர்ச்சியை அறிந்து கோடற்கும், மருளும் இயல்பினவாகிய ஆன்களுக்கு ஒலிக்கும் மணிகளைக் கட்டுதல் வேண்டும்.

18. சமனாகவும், அகன்றதாகவும் உள்ள துறையுடையதும் சேறும், முதலையும் இல்லாததும் ஆகிய நீர்நிலையில் இறக்கிப் பாது காத்தல் வேண்டும்.

19. கள்வர், கொடுவிலங்கு, பாம்பு, முதலை இவற்றாற் பிடிபட்டவற்றையும், பிணி, மூப்பால் இறந்தவற்றையும் அறிவித்தல் வேண்டும். இன்றேல் அவற்றின் விலைப்பொருளைக் கொடுத்தல் வேண்டும்.

20. காரணத்தால் இறந்த ஆன், எருமை இவற்றின் அடையாளமுடைய தோலையும், வெள்ளாடு, செம்மறியாடு இவற்றின் இலச்சினையுடைய செவிகளையும், குதிரை, ஒட்டகம், கழுதை இவற்றின் வாலையும் இலச்சிணையிடப்பட்ட தோலையும் கொணர்தல் வேண்டும். வால், தோல், மூத்திரப்பை, பித்தப்பை, நரம்பு, பல், குளம்பு, கொம்பு, எலும்பு என்னும் இவற்றையும் கொணர்தல் வேண்டும்.

21. சமைக்கப்படாத பச்சிறைச்சியாகவாதல், உலர்ந்த இறைச்சியாக வாதல் விற்றல் வேண்டும்.

22. ஆன் விற்பவன் ஓர் ஆனுக்குக் காற்பணம் கொடுத்தல் வேண்டும்.

23. கார், கூதிர், முன்பனி காலங்களில் இரண்டு வேளையும், பின்பனி இளவேனில், முதுவேனில் இப்பருவங்களில் ஒரு வேளையும் கறத்தல் வேண்டும்

24. இரண்டாம் வேளை கறப்பவனுக்குப் பெருவிரலைத் துணிதல் தண்டமாம். கறக்கும் காலத்தைத் தாழ்த்துவோனுக்கு அப்பயன் அழிவுத் தண்டமாம்.

25. இதனால் மூக்குக் குத்துதல், அடக்கிப் பழக்குதல், நுகம்பூட்டல், கடாவடித்தல் இவற்றுக்குரிய காலங்களும் கூறியவாறாம்.

26. ஒரு தூணி ஆன்பாலில் ஒருபடி நெய்யிருக்கும். எருமைக்கு ஐந்தில் ஒரு கூறு மிகும். ஆட்டுக்கு இரு கூறு மிகும். எல்லா வற்றிற்கும் கடைந்து காண்டலே துணிவாகும். என்னை, நிலம், நீர், புல் இவற்றின் சிறப்பால் பால், நெய் இவற்றின் மிகுதி

உண்டாமன்றோ. ஒரு பொலி எருதோடு மற்றோர் எருதைப் போர் புணர்ப்போர்க்குப் பூர்வசாகசம் தண்டமாம். கொல்விப்பவர்க்கு உத்தமசாகசம் தண்டமாம்.

27. நிறத்தைப் பற்றிப் பத்துப்பத்தாகக் கொண்டு ஓம்புதல் வேண்டும்.
28. மேய்தல் நிலத்துக்கும் நிரையின் தகுதிக்கும், காவல் திறமைக்கும் ஏற்ப நிரைகள் தங்கும் திசை வரையறை செய்துகொள்ள வேண்டும்.
29. ஆடு முதலியவற்றின் உரோமத்தை ஆறு திங்கட்கு ஒருமுறை எடுத்துச் சேர்த்தல் வேண்டும்.

(Kautalyas Arthasastra: A Tamil translation with Notes, Part I, Annamalai University, 1955. P.349-357.)

எது (யது) குலம்

*பரதனுக்கு 3 மனைவியர். குழந்தைகளில்லை, பரத்துவாசன் வளர்ப்புமகன்

**இவனுக்கு 1000 பிள்ளைகள் பிறந்தனர். 5 பேர் அரசாண்டனர். பரசுராமனால் அழிக்கப்பட்டனர்.

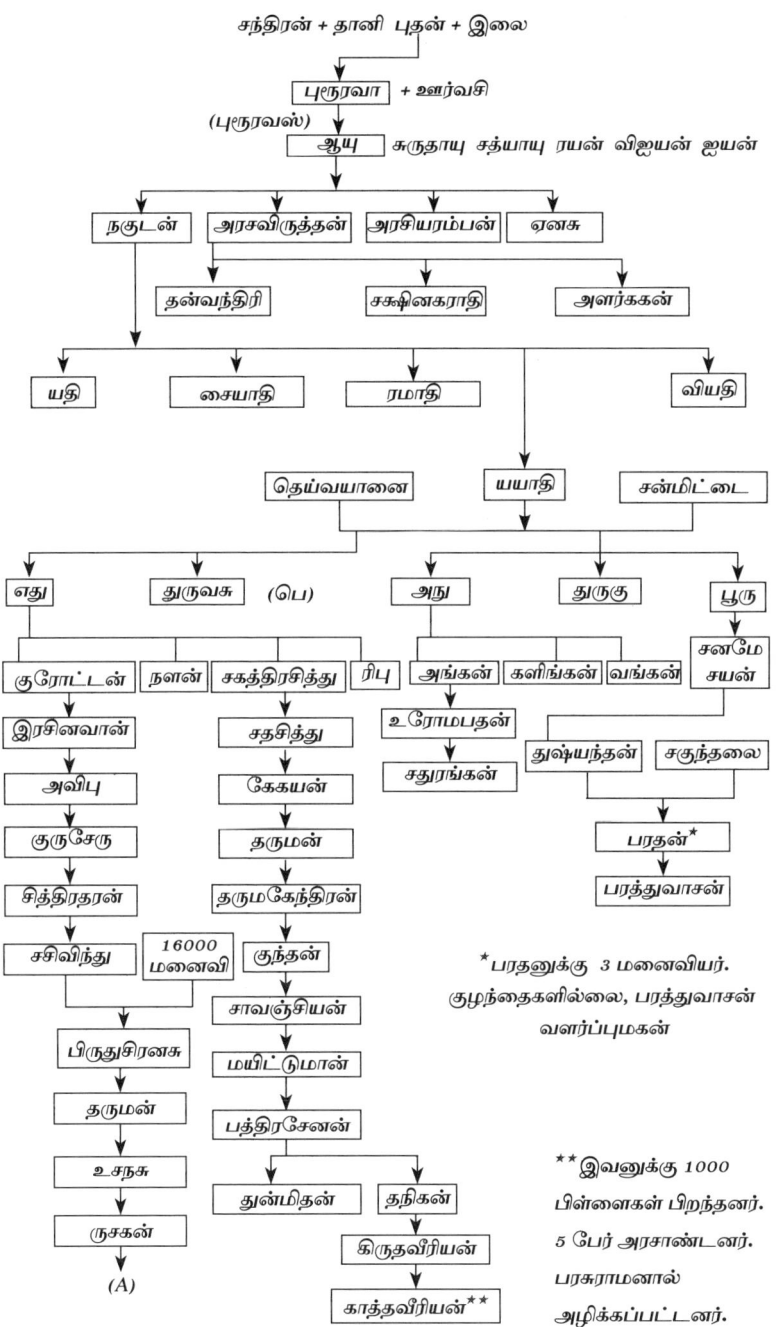

(A)
சாமன்
விதர்ப்பன்
குதன்
குருதன்
ரோபாதன்
குந்தி
நிருவிருத்தி
தசாருகன்
வியோமன்
சிமுதன்
விகுதி
தீவிராதன்
நவரதன்
தயரதன்
சகுனி
கரம்பன்
தேவராயன்
தேவகத்திரன்
மது
குதசதன்
அநு
புருகோத்திரன்
அங்கிசு
சாத்துவதன்
(B)

★ உரோகிணியின் கருவிற்குப் பலராமன் மாற்றம் பெறுகிறான்.

★★ நந்தகோனும் யசோதையுதான் ஆயர் குலத்தைச் சேர்ந்தவர்கள். துரோணன் என்னும் எட்டுவகை வசுக்களில் ஒருவனை மனைவியுடன் மண்ணில் பிறக்க என்றான் நான்முகம். அப்போது துரோணன், திருமாலின் அன்பனான எமக்குத் திருமாலை அளித்திடுக என வேண்டினான். மலரோன் கண்ணன் நும்மிடத்துவந்தடைவான்' என அருளினான். துரோணனும் அவன் மனைவி தரையும் நந்தகோனும் யசோதையுமாகப் பிறந்தனர்.

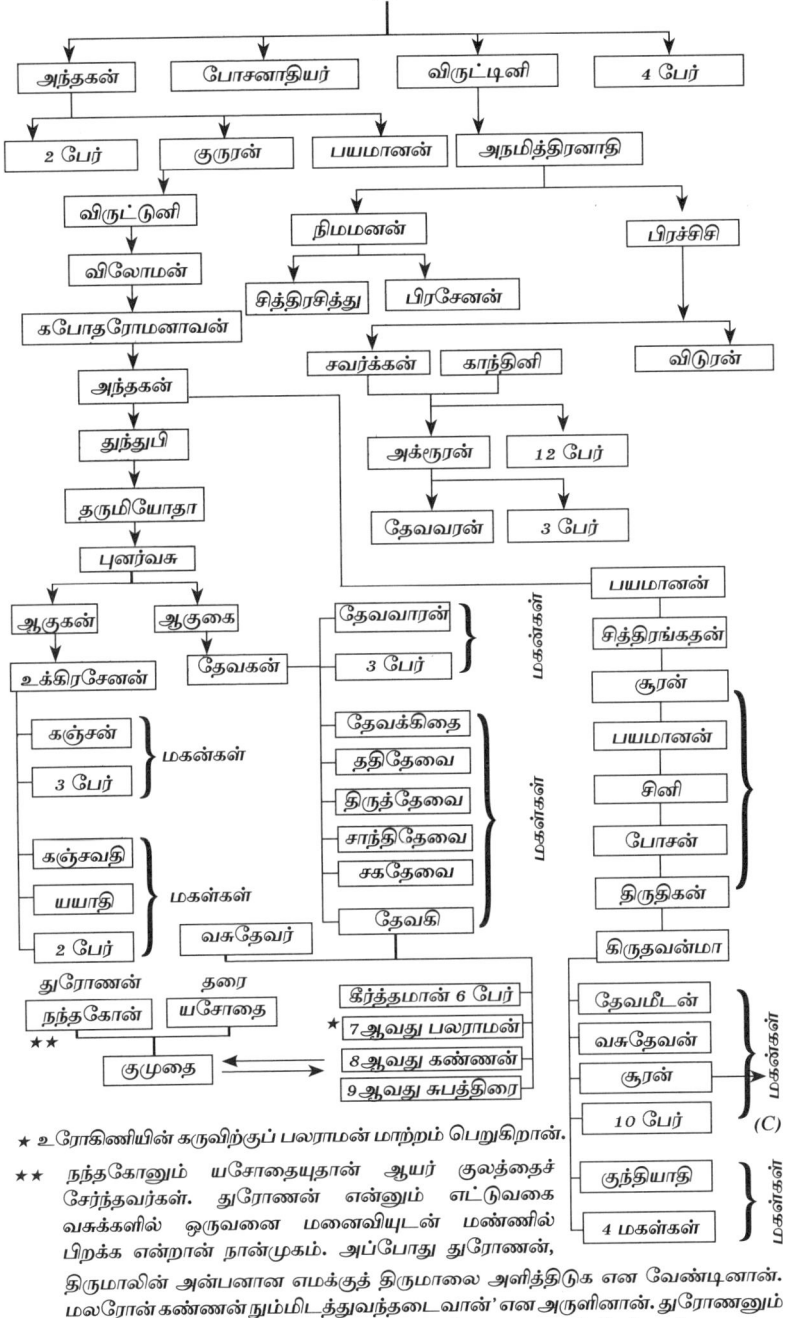

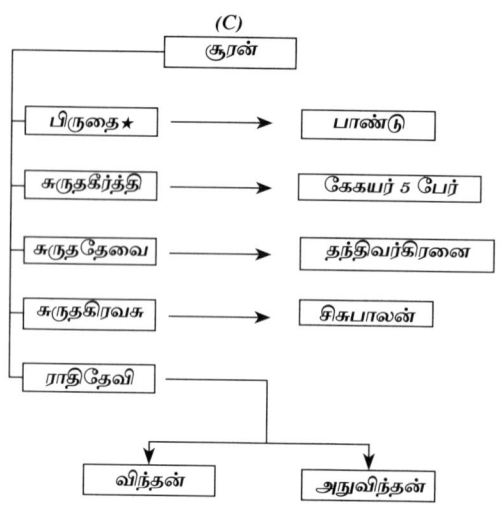

(C)

★ பிருதையின் வேறு பெயர் குந்தி சூரனின் நண்பன் குந்தன் வளர்ந்ததால் குந்தி எனப்பட்டார். கர்ணன் இவரது மகன்; பாண்டுவின் மனைவியரிடதிலிருந்து பாண்டவர்கள் வருகின்றனர்.

குறிப்பு அட்டவணை

('குறிப்பு – பக்க எண்' என்னும் அமைப்பில் உருவாக்கப்பெற்றுள்ளது)

அ

அணிகலன்கள் – 40, 83
அண்டர் – 107
அண்டர் மகளிர் – 109
அம்பலக்காரர் – 130
அயிரி – 135
அறிவிப்புகள் – 74
அஹீர்கள் – 143

ஆ

ஆடவரணிந்த அணிகலன்கள் – 41
ஆடவராடை – 40
ஆடு மேய்த்தல் – 48
ஆட்டமுறை 99
ஆநிரை மேய்த்தல் – 43
ஆநிரைக் கவரப்பெறுதல் – 95
ஆபீரர்களின் இனம் – 116
ஆபீரர்களின் தோற்றம் – 114
ஆமேய்த்தல் – 43
ஆய மகளிர் தொழில்கள் – 86
ஆயரது தோற்றம் – 89
ஆயர் வருகை – 88
ஆயர்களது பெயர்கள் – 104
ஆயர்களின் பிரிவுகள் – 124
ஆயர்குடி – 104
ஆனைக்கொம்பு இடையர் – 129

இ

இசைக் கருவிகள் – 55
இடையன் சேந்தன் கொற்றனார் – 135
இந்திய நிலப்பரப்பில் கால்நடை மேய்க்கும் குழுக்கள் – 22
இந்திரன் – 67
இயக்கி வழிபாடு – 102
இருப்பிடம் – 41, 84
இளம்பெருஞ்சென்னி – 134

உ

உடை – 39, 83
உணவு – 35, 82
உழவு – 50

ஊ

ஊர்த்தெய்வ வழிபாடுகள் – 61
ஊருகொல்லா 142
ஊன் உணவுகள் – 38
ஊன்பொதி பசுங்குடையார் – 134

எ

எமன் / காலன் – 66

ஏ

ஏறுதழுவலின் வளர்ச்சி – 102
ஏறுதழுவல் – 70
ஏறுதழுவும் போர் – 70

க

கண்டோபா – 153
கதரியா – 153
கதிகள் – 149
கருத்தகாடு இடையர் – 129
கருவிகள் – 53, 93
கரையர் – 130
கல்கட்டி, பாசி இடையர் – 126
கழங்காடல் – 69
கழுவுள் – 109
களம் அமைப்பு – 71
கள் – 39
கள்ள இடையர் – 129

கா

காக்கை கரைதல் – 59
காட்டமராஜு கதலு – 137
காரக் தியோ – 149
கார் காலத்தில் மேய்ச்சல் – 46
காலம் – 116
கால்நடைகளுக்கான போர்கள் – 27
காவிரிப்பூம்பட்டினத்து காரிக்கண்ணனார் – 134
காளைகள் தொழு புகுதல் – 72
காளையுடன் விளையாட்டு – 75
காளையை அடக்கும் இளைஞர்கள் – 76

கி

கிடை அமர்த்துதல் – 91
கிடை விவரம் – 92
கிடைப் பெருமை – 90
கிருஷ்ணன் – ஆபீரர் தொடர்பு – 112
கிருஷ்ணன் யார் – 111
கிளிமொழி கேட்டல் – 59

கீ

கீதாரி – 130

கு

குரவையாடல் – 78, 99
குரவையாட்டப் பொருண்மைகள் – 100
குரவையுள் புராணக் கதைகள் – 101
குரும்பர் அல்லது குறும்பர் – 140
குல்தேவி – 153
குழு வாழ்க்கை – 17
குறும்பர் – 132

கொ

கொல்லாக்கள் அல்லது கோலர்கள் – 141

கோ

கோடிட்டெண்ணல் – 61
கோடைக்காலங்களில் மேய்ச்சல் – 44
கோபால் – 142
கோனார் – 103
கோன் அல்லது கோனார் – 130

ச

சகுனம் பார்த்தல் – 99

சங்க இலக்கியங்களில் ஆயர் வாழ்வியல் – *37*

சங்குக்கட்டி இடையர் – *129*

சமையலறை – *38*

சமையல் – *38*

சா

சாம்பன் அல்லது சாம்பார் இடையர் – *130*

சி

சிங்காஜி – *150*

சிலப்பதிகாரத்தில் ஏறுதழுவல் – *103*

சிவபெருமான் – *67*

சிறுதாலி இடையர் – *130*

சிறுவர்களணிந்த அணிகலன்கள் – *43*

சிற்றில் இழைத்தல் – *71*

செ

செய்வினைப்பயன் – *100*

செருப்பாழியெறிந்த இளஞ்சேட் சென்னி – *136*

சே

சேர்வை அல்லது சேர்வைக்காரர் – *133*

த

தக்கணத்து மேய்ச்சல் குழுக்கள் – *26*

தங்கர்கள் – *152*

தமிழக ஆயர்களின் பட்டப்பெயர்கள் – *132*

தமிழக இடையர்கள் குறித்து எட்கர் தட்சன் தரும் குறிப்புகள் – *125*

தமிழக இடையர்கள் குறித்து சஷி தரும் தகவல்கள் – *124*

தமிழகத்தில் ஆயர் வாழிடங்கள் – *132*

தமிழகத்தில் கிருஷ்ண வழிபாடு – *120*

தலைமக்கள் – *123*

தலைமாலை விழுதல் – *62*

தா

தாயங்கண்ணனார் – *136*

தாஸ் – *133*

தி

திருமண ஏற்பாடுகள் – *70*

திருமணம் – *69, 107, 108*

தீ

தீய நிமித்தங்கள் – *100*

தெ

தெலுங்கு யாதவர்கள் அல்லது கோல்லர்கள் – *139*

தென்னிந்தியாவுடனான தொடர்வு – *120*

தொ

தொழில் – *45, 86*

தொழு புகுதல் – *74*

ந

நக்கீரர் – *137*

நம்பி அல்லது நம்பியார் – *133*

நம்பிக்கைகள் – *59, 97*

நற்சொல் – 60
நன்னிமித்தங்கள் – 58
நன்னீராட்டும் சடங்கு – 105

நா
நாயுடு – 131
நார்க்கட்டி இடையர் – 127

நி
நிலமக்கள் – 121

நீ
நீராடல் – 69

நெ
நெடுமால் வழிபாடு – 103

ப
பகேல் 154
பஞ்சரம் அல்லது பஞ்சாரங்கட்டி இடையர் – 129
பண்டமாற்று – 55
பண்ணையார் ஆயரை அழைத்தல் – 87
பலதேவன் – 64
பல்லியொலி கேட்டல் – 59
பள்ளனது மறுமொழியும் புறப்பாடும் – 87
பள்ளு இலக்கியங்கள் – 86
பஃறாம் – 152

பா
பால் விற்றல் – 52
பால்கி தியோ – 149
பால்படு பொருட்கள் – 38

பி
பிரம்மன் – 66
பிலாத் – 148
பிள்ளை – 131
பிற்காலப் பெயர்கள் – 121

பு
புதுநாட்டார் அல்லது புதுக்கநாட்டு இடையர் – 128
புல்லி – 135

பூ
பூழியர் – 132

பெ
பெண்கள் அணிந்த அணிகலன்கள் – 40
பெண்டிராடை – 40
பெண்டுக்குமேக்கி இடையர் – 127
பெருந்தாலி இடையர் – 128
பெருமாள் மாட்டுக்கார இடையர் – 129

பொ
பொதுநாட்டு இடையர் – 129
பொதுவர் – 34

ம

மகளிர் தொழு புகுதல் – 73
மகாதேவோ – 151
மகாபாரதச் செய்திகள் – 67
மகாஷிதியோ – 149
மணப்பரிசம் – 106
மணிக்கட்டி இடையர் – 130
மணியக்கார இடையர் – 129
மணியக்காரர் – 131
மதுரை இளங்கௌசிகனார் – 135
மந்தடி – 131
மந்திரி – 131
மலர் சூடுதல் – 97
மறுமைக்கு மகன் – 61
மன்றாடியார் – 131

மா

மாமூலனார் – 135
மாயோனின் உருத்தோற்றம் – 62
மாயோன் வழிபாடு – 64
மால் வழிபாடு – 62

மு

முக்குந்தர் – 132
முருகன் – 65
முல்லை நிலம் – 33
முல்லைக்கலியில் மாயோன் – 64

மே

மேய்ச்சல் குழுக்கள் – 34
மேய்ச்சல்நில வாழ்க்கை – 20

மேய்ப்புலத்தில் உணவு – 38
மோரியர் – 135
மோர் விற்றல் – 52

ய

யதுவன்ஷி – 144

யா

யாதவரும் கிருஷ்ணனும் – 117
யாதவ் – 132
யாதவக்கோன் 137

ரெ

ரெட்டி – 132

வ

வடுகர் – 134
வரகுத் திரித்தல் – 50
வல்லநாட்டு இடையர் – 127
வழிபாடு – 61, 102
வன்புல மேலாண்மை – 49
வித்தோபா – 153
விருந்தோம்பல் – 56, 104
விழாத் தொடக்கம் – 71
விளையாட்டு – 69, 99

வீ

வீரர்கள் தெய்வத்தைப் பரவுதல் – 71
வீரர்கள் தொழு புகுதல் – 72

வெ
வெட்சிப்போர் – 95

வே
வேளாண்மையும் நகரமயமாதலும் – 20
வேளிர் – 118

ஹ
ஹரிதாஸ் பாபா – 149